വീട്ടിലേക്കുള്ള വഴികൾ

Veettilekkulla Vazhikal
Poems

Pavithran Theekkuni

CHINTHA PUBLISHERS
Thiruvananthapuram

First Edition
March 2006

Second Edition
July 2007

Third Edition
January 2011

Fourth Edition
February 2022

Published & Typesetting
Chintha Publishers, Thiruvananthapuram

Printed at
Romanson's, Thiruvananthapuram

Cover Design
Ambeesh Kumar

ISBN: 978-81-26206-28-5

CR - 3129 / 5904

Email: chinthapublishers@gmail.com
Website: www.chinthapublishers.com

A version is available at National Libraries
Kolkata, Mumbai, Chennai and Delhi

Distribution
DESHABHIMANI BOOKHOUSE
H O Thiruvananthapuram 695035

Branch
Head Office Kunnukuzhi • Statue Thiruvananthapuram
KSRTC Bus Terminal Thampanoor • Saphalyam Complex Thiruvananthapuram
KSRTC Bus Station Alappuzha • KSRTC Bus Station Ernakulam
Machingal Lane Thrissur • IG Road Kozhikode
Mavoor Road Kozhikode • NGO Union Building Kannur
Central Bus Terminal Complex Thavakkara Kannur

വീട്ടിലേക്കുള്ള വഴികൾ

പവിത്രൻ തീക്കുനി

ചിന്ത പബ്ലിഷേഴ്സ്
തിരുവനന്തപുരം-695 035
വില: ₹ 120

പവിത്രൻ തീക്കുനി

1974 ൽ കോഴിക്കോട് ജില്ലയിലെ തീക്കുനിയിൽ ജനനം. ബിരുദപഠനം പൂർത്തിയാക്കാൻ കഴിയാത്ത ജീവിത സാഹചര്യങ്ങൾ കാരണം വിവിധ തൊഴിലുകളിലേർപ്പെട്ടു. ഇപ്പോൾ കൂലിപ്പണി ചെയ്യുന്നു. *മുറിവുകളുടെ വസന്തം രക്തകാണ്ഡം, കത്തുന്ന പച്ചമരങ്ങൾക്കിടയിൽ, വീട്ടിലേക്കുള്ള വഴികൾ, തീക്കുനി കവിതകൾ, നീലിമയിലേക്കുള്ള വഴി, മൂന്നാം നിലയിലെ ഏഴാം നമ്പർ മുറി* തുടങ്ങി തമിഴിലും മലയാളത്തിലും 18 പുസ്തകങ്ങൾ പ്രസിദ്ധപ്പെടുത്തിയിട്ടുണ്ട്. ആശാൻ പുരസ്കാരം, ഇടശ്ശേരി അവാർഡ് കേരള സാഹിത്യ അക്കാദമിയുടെ 2005 ലെ കനകശ്രീ അവാർഡ്, ഇന്ത്യൻ ജേസിബി അവാർഡ്, അബുദാബി ഗ്രീൻ വോയ്സ് അവാർഡ് തുടങ്ങി പതിനേഴോളം പുരസ്കാരങ്ങൾ ലഭിച്ചിട്ടുണ്ട്.

കൂട്ടുകാരി : ശാന്ത
മക്കൾ : ആതിര, അരുൺ
വിലാസം : 'മഴ' ആയഞ്ചേരി (പി ഒ)
വടകര- 673541
ഫോൺ : 9447913051

ഉള്ളടക്കം

പ്രസാധകക്കുറിപ്പ്

പവിത്രൻ തീക്കുനിയുടെ *വീട്ടിലേക്കുള്ള വഴികൾ* പ്രസിദ്ധീകരിക്കുന്നതിൽ ഞങ്ങൾക്ക് ചാരിതാർഥ്യമുണ്ട്. കത്തുന്ന ജീവിതാനുഭവങ്ങളിലൂടെ സഞ്ചരിച്ചുകൊണ്ട് സ്വന്തം കാലത്തോടും മനുഷ്യരോടും ചരിത്രത്തോടും സംസാരിക്കുന്ന കവിതകളുടെ പരമ്പരയിൽ സ്ഥാനമുറപ്പിക്കുന്ന പവിത്രൻ തീക്കുനിയുടെ നാൽപ്പത്തിയെട്ടു കവിതകളുടെ സമാഹാരമാണിത്.

മലയാള കാവ്യരംഗത്ത് പവിത്രൻ തീക്കുനിക്കും ഈ കവിതാസമാഹാരത്തിനും ഉള്ള സ്ഥാനം അടയാളപ്പെടുത്താൻ ഞങ്ങൾ മുതിരുന്നില്ല. അത് ഈ കാവ്യസമാഹാരത്തോടൊപ്പം ചേർത്തിട്ടുള്ള അയ്യപ്പപണിക്കരുടെ *പിന്മൊഴി* എന്ന പേരിലുള്ള പഠനവും പ്രൊഫ കെ സച്ചിദാനന്ദൻ കവിക്കു നേരിട്ടെഴുതിയ കത്തും രേഖപ്പെടുത്തുന്നുണ്ട്. പവിത്രൻ തീക്കുനി എന്ന കവിയുടെ സ്വത്വരൂപീകരണം എങ്ങനെ എന്നതാണ് ഈ പുസ്തകത്തോടൊപ്പം ചേർത്തിട്ടുള്ള എം കെ ശ്രീജിത്തിന്റെ *തീക്കുനിയിൽ തീ തിന്ന്* എന്ന ലേഖനം. പവിത്രന്റെ കവിതയ്ക്ക് കുരീപ്പുഴ ശ്രീകുമാർ ചാർത്തുന്ന സ്നേഹമുദ്രയാണ് *വിശപ്പിന്റെ മുന്നിലെ മരണം.*

തന്റെ ഇളംതലമുറ കവിതകളെ പിന്മൊഴിയിലൂടെ മലയാള കാവ്യപരമ്പരയിൽ അടയാളപ്പെടുത്തിയ അയ്യപ്പപണിക്കരോടും ആസ്വാദക കുറിപ്പെഴുതിയ കുരീപ്പുഴ ശ്രീകുമാറിനോടും ഇതെല്ലാം ചേർത്ത് ഈ കവിതാസമാഹാരം പ്രസാധനം ചെയ്യാൻ പ്രചോദനം നൽകിയ എം എ ബേബിയോടും ഞങ്ങൾക്ക് നന്ദിയുണ്ട്.

തീക്കുനിയിൽ തീ തിന്ന്

ആയിരത്തിത്തൊള്ളായിരത്തി തൊണ്ണൂറ്റി ഒമ്പതിലെ തിരുവോണദിവസം തൃശ്ശിവപേരൂർ റെയിൽവേ സ്റ്റേഷനിൽനിന്ന് വടക്കോട്ട് ഒരു ചെറുപ്പക്കാരനും ഭാര്യയും രണ്ട് കുഞ്ഞുങ്ങളും നടന്നു. പൂങ്കുന്നം എത്തുന്നതിനുമുമ്പ് അവർ നാലുപേർ റെയിൽവേ ട്രാക്കിൽ മലർന്നു കിടന്നു. മൺകട്ടകളടുക്കി ഓല മേഞ്ഞ ചെറ്റപ്പുരയുടെ എപ്പോഴും തകർന്നു വീഴാവുന്ന സുരക്ഷിതത്വത്തിൽ പരസ്പരം പുണർന്നുകിടക്കുന്നതുപോലെ............ഇരുമ്പു പാളങ്ങളിൽ നിശ്ശബ്ദത കനത്ത് ഒരു വണ്ടിയുടെ ഇരമ്പമെത്തുംമുമ്പ് പെൺകുഞ്ഞ് വെള്ളത്തിനുവേണ്ടി നിർത്താതെ കരയാൻ തുടങ്ങി. മരിക്കാൻ കിടന്ന മനുഷ്യൻ തന്റെ പെൺകുഞ്ഞിന്റെ തൊണ്ട നനയ്ക്കാൻ പാളത്തിൽനിന്ന് എഴുന്നേറ്റ് അവളുടെ കൈപിടിച്ചു നടന്നു. പിന്നീടെപ്പോഴോ പവിത്രൻ തീക്കുനി എന്ന ആ യുവാവ് തന്റെ കവിതാ പുസ്തകത്തിൽ കുറിച്ചുവച്ചു:

"ഇച്ചെറുമക്കളെ മയക്കിക്കിടത്തി
പണ്ടൊരു പാതിരാത്തീവണ്ടികാത്തുനാം
നീണ്ട പാളങ്ങളിൽ കുറുകെക്കിടക്കവേ
വേണ്ടെന്ന് ചൊല്ലി നീയേതുബോധത്താലോ
പാപികൾ നാം തന്നെ ചെന്നുണർത്തിവീണ്ടും
ചോദ്യങ്ങളിലേക്ക് മടങ്ങിയതല്ലേ നാം."

കവിതയുടെ പുസ്തകം പവിത്രന് ജീവിതമായിരുന്നു; തീ നിറഞ്ഞ ഒരു കുന്ന്. അഗ്നിപർവതങ്ങളിൽനിന്ന് പെയ്തൊഴിഞ്ഞ പൊള്ളുന്ന ലാവാപ്രവാഹങ്ങളിൽ പതച്ചുതുള്ളിയ മനസ്സ്. കൊടുത്തുതീർക്കാനാവാതെ പെരുകിയ കടക്കണക്കുകൾ. ഒരു നേരമെങ്കിലും നിറയാൻ ഒരുപാട് സ്വപ്നം കണ്ട നാലു വയറുകൾ. അങ്ങ

നെയാണ് അയാൾ ഒരു ഇരുമ്പുപാളത്തിന്റെ സുരക്ഷിതത്വം കൊതിച്ചുപോയത്. കുഞ്ഞിന്റെ നിലവിളിയിൽ മരണത്തിൽനിന്ന് എഴുന്നേറ്റു പോയത്. ഇതു പറയുമ്പോൾപ്പോലും പവിത്രനിൽ വികാരത്തിന്റെ കുത്തൊഴുക്കുകൾ തൊട്ടെടുക്കാനാവില്ല. അയാളുടെ കണ്ണുകൾ നിറയെ ദുരിത ജീവിതത്തിന്റെ അറ്റമില്ലാത്ത പാളങ്ങൾ, ഇരമ്പിയെത്തുന്ന തീനനവിന്റെ എണ്ണമില്ലാത്ത ബോഗികൾ.

ഒരു കവി സ്വന്തം കഥ പറയുന്നു

ആയിരത്തിത്തൊള്ളായിരത്തി തൊണ്ണൂറ്റിനാലിൽ പുറത്തിറങ്ങിയ തന്റെ ആദ്യ പുസ്തകത്തിന്റെ ഒരു പേജിൽ പവിത്രൻ കുറിച്ചുവച്ചു.

"ഇതെന്റെ അടയാളമാണ്
നക്ഷത്രവും ജാതകവും
പേരും വിലാസവുമില്ലാതെ
ജീവിച്ചിരുന്നവന്റെ അടയാളം."

കവിയുടെ ജീവിതത്തിന്റെ അടയാളങ്ങൾ തേടിപ്പോവുമ്പോൾ മനസ്സിലെവിടെയൊക്കെയോ കിടന്ന് പഴുത്തു പൊള്ളുന്ന ജീവിതത്തെ പവിത്രൻ തൊട്ടുകാണിച്ചുതരുന്നു.

വടകരയ്ക്കടുത്ത് തീക്കുനിയിൽ 1974 മാർച്ചിൽ ജനിച്ച പവിത്രൻ ചേരാപുരം യു പി സ്കൂളിലും വട്ടോളിനാഷണൽ ഹൈസ്കൂളിലും സ്കൂൾ വിദ്യാഭ്യാസം പൂർത്തിയാക്കി. വട്ടോളിയിൽ സ്കൂൾ ലീഡറും എസ് എഫ് ഐ യൂണിറ്റ് സെക്രട്ടറിയുമായിരുന്ന പവിത്രൻ ക്ലാസ് നേരങ്ങളുടെ ഇടവേളകളിൽ സ്കൂളിന് പുറത്തുചെന്ന് വിക്ടോറിയ ഹോട്ടലിൽ മേശ തുടച്ചു ഭക്ഷണം വിതരണം ചെയ്തു പഠിക്കാനുള്ള വക തേടി. ഒരു നേരത്തെ വിശപ്പകറ്റി ഒഴിവു ദിവസങ്ങളിൽ മീൻ വിറ്റു. ഇടയ്ക്ക് കല്ലുകൊത്തി. പ്രതിസന്ധികളിലൂടെ ജീവിതം പഠിച്ച് എസ് എസ് എൽ സി ഒന്നാം ക്ലാസോടെ പാസായി. മൊകേരി ഗവ. കോളേജിൽ പ്രീ-ഡിഗ്രിക്കു ചേർന്നു. ഇടയിലെപ്പോഴോ വീട് ഒരു വീർപ്പുമുട്ടലായി. അകം/പുറം പൊള്ളിയത് സഹിക്കാനാവാതെ പവിത്രൻ വീടുവിട്ടിറങ്ങി. ബാർബർ പണി പഠിച്ചു വയനാട്ടിൽ നിന്നു തിരിച്ചുവന്ന് പ്രീ-ഡിഗ്രി പാസായി. പക്ഷേ, മനസിൽ വീണ മുറിവുകളുടെ ആഴംകൊണ്ട് വീട് ഒരു തടവറയായി അയാളെ പൊതിഞ്ഞുനിന്നു. എഴുതുന്ന വരികളിൽ മുഴുവൻ വീട് പൊള്ളുന്ന ചോര നനഞ്ഞ മുറിവുകളുടെ ഉണങ്ങാത്ത പാടുകളായി.

"കവിതയിൽ
മകനൊരമ്മയുടെ പേറ്റുപാത്രം
പിഴുതെടുക്കുന്നു
കവിതയിൽ
മകനൊരച്ഛന്റെ
കരൾക്കുല പറിച്ചെടുക്കുന്നു

കവിതയിൽ
പണ്ടുപുഴവക്കിലടിഞ്ഞൊരു
പെങ്ങളുടെ ഉള്ളിലെ
കണ്ണീർക്കുടം പൊട്ടിവീഴുന്നു."

എന്നെഴുതിയ പവിത്രനിൽ വീടിന്റെ അപകടകരമായ കുത്തഴിഞ്ഞു പോകലിൽ മനം മടുത്ത് സ്വയമൊരു ബലിമൃഗമായി തിരിച്ചറിയുന്നത് അവിടം മുതലാണ്. നഗരക്കിടക്കയിൽ കിതയ്ക്കുന്ന അമ്മയുടെ മിഴിനിഴലുകളിലും തെരുവുകൾ തെണ്ടുന്ന അച്ഛന്റെ മനസിലും വീണ കിണറുകളുടെ ആഴത്താൽ വേദനിച്ച ഒരു ചെറുപ്പക്കാരൻ. ആർത്തവം നിലച്ച വേരുകളുടെ ആർത്തികണ്ട് മനസു മരവിപ്പിച്ചു നിർത്തി മാനസികനില തെറ്റി തെരുവിലേക്കിറങ്ങിയ അച്ഛന്റെ നഷ്ടത്തിൽ സുരക്ഷിതത്വത്തിന്റെ അവസാനത്തെ അഭയവുമടച്ചു. ഇടയ്ക്ക് പിന്നെയും പഠിക്കാൻ ശ്രമിച്ച് മാഹി മഹാത്മാ ഗാന്ധി കോളജിൽ മലയാളബിരുദം പാതിവഴിയിലിട്ട് വിവാഹിതനായി. വിവാഹവും ഒരു കടം വീട്ടാൻ. പെങ്ങളെ കെട്ടിച്ചയക്കാൻ പൊന്നും പണവും കണ്ടെത്താനുള്ള ഒരു വഴി. ജീവിക്കാനെളുപ്പമല്ലെന്ന തിരിച്ചറിവിന്റെ മേൽ പിന്നെയും കടങ്ങൾ പെരുകിനിറഞ്ഞു. വഴിയൊന്നുമില്ലാത്തവന്റെ മനസിൽ എപ്പോഴോ ആത്മഹത്യയുടെ ഇരുളുതുമ്പു വഴി തെളിഞ്ഞു.

ഇരുമ്പു പാളത്തിൽനിന്ന് കുഞ്ഞിന്റെ തൊണ്ട നനയ്ക്കാൻ എഴുന്നേറ്റു നടന്ന പവിത്രനും ഭാര്യയും ആലപ്പുഴയിലേക്ക് വണ്ടി കയറി. ഒരു രാത്രിയിൽ ചെങ്ങന്നൂർ ബസ് സ്റ്റാൻഡിൽ ഒരു കോടമഴയിൽ കുഞ്ഞുങ്ങളെ ചേർത്തു പിടിച്ച് ഉറങ്ങാതെ കിടന്നു. ദുരിതങ്ങളുടെ അറ്റം തേടി തെരുവുകളിലൂടെ മഴകൊണ്ടും വെയിലുതിന്നും നടക്കുന്നതിനിടെ വിശന്നു വലഞ്ഞ് അർദ്ധ പ്രാണനായ ഇളയ കുഞ്ഞിന് ന്യൂമോണിയയിൽ ശരീരം പതച്ചു. പൊള്ളുന്ന കുഞ്ഞിനെ നെഞ്ചിലെ ചൂടിൽ അമർത്തിപ്പിടിച്ചു നിൽക്കേ ഒരു താങ്ങിന് കൂടെ വന്ന ഭാര്യ വീണു കൈ പൊട്ടി വേദനകടിച്ച് കൂടെ നിന്നു. കുഞ്ഞിന് മരുന്ന് നൽകണം. മരണത്തിൽനിന്ന് മടക്കിവിളിക്കണം. ഒടിഞ്ഞു തൂങ്ങിയ ഭാര്യയുടെ കൈക്ക് പ്ലാസ്റ്ററിടണം. നാലു പേർക്ക് വിശപ്പാറ്റണം. അപരിചിത നഗരത്തിൽ ഒരു യുവാവ് ഒടുവിൽ ഒരു വഴി കണ്ടു. അയാൾ മൂന്നു വയസുള്ള പെൺകുട്ടിയെ കരയിച്ച് തെരുവിലൂടെ നടത്തിച്ചു. ചില്ലറത്തുട്ടുകൾ കൂട്ടിവെച്ച് രാത്രികളിൽ ബസ് സ്റ്റാൻഡിൽ തണുപ്പു പുതച്ചു. തങ്ങളുടെ തെരുവിലകപ്പെട്ട ഒരു നിസ്സഹായന്റെ ജീവിതംകണ്ട് മനസലിഞ്ഞ മാവേലിക്കര ഓട്ടോ സ്റ്റാൻഡിലെ തൊഴിലാളികൾ പിരിവെടുത്ത് ഭാര്യയുടെ കൈക്ക് പ്ലാസ്റ്ററിടാൻ തുണയായി. ഒരു നേരത്തെ ഭക്ഷണത്തിന് അങ്ങോട്ട് തേടിച്ചെന്നപ്പോൾ കൈയൊഴിയാതിരുന്ന കുറെ പേർ. നന്ദി എന്ന രണ്ടക്ഷരം തീരെ ചെറുതായി പോവുന്ന പല നേരങ്ങൾ.

മാവേലിക്കര ഗവൺമെന്റ് ആശുപത്രിയിൽ മകനെ കിടത്തിയ നാളുകളിൽ ഒരു പൊതിച്ചോറുവാങ്ങി അവർ നാലുപേർ മൂന്നു നേരങ്ങളിലായി വീതിച്ചെടുത്തു.

കുറ്റ്യാടി ബസ്സ്റ്റാൻഡിൽ പത്രം വിറ്റും ഹോട്ടൽ തൊഴിലാളിയായും കേരളം മുഴുവൻ ചുമടെടുത്തും കേബിൾ കുഴിച്ചും ഹരിപ്പാട് കടപ്പുറത്ത് ചക്ക വിറ്റും പന്തളത്ത് തെങ്ങുകയറ്റത്തൊഴിലാളിയായും ഇടയ്ക്കു ഭിക്ഷയാചിച്ചും കഴിഞ്ഞ പവിത്രൻ ഇപ്പോൾ നാട്ടിൽ ആയഞ്ചേരിയിൽ മത്സ്യവിൽപ്പനക്കാരനായി ജീവിതത്തിന്റെ അറ്റങ്ങൾ വലിച്ചു കെട്ടാൻ ശ്രമിക്കുന്നു. മൂന്ന് സെന്റ് മണ്ണിലെ കുടിലിൽനിന്ന് രണ്ടു കുട്ടികളെ സ്കൂളിലേക്കയക്കുന്നതും കുടുംബം കഴിയുന്നതും മീൻ വിറ്റുകിട്ടുന്ന വരുമാനം കൊണ്ടാണ്. അക്കാദമികളും ഫെലോഷിപ്പുകളും അവാർഡ് മാമാങ്കങ്ങളും തുഞ്ചൻപറമ്പുകളുംകൊണ്ട് സമ്പന്നമായ മലയാള സാഹിത്യത്തിൽ കവിത കൊണ്ട് സ്വന്തം പേരു കുറിച്ച ഒരാൾ പട്ടിണിയുടെ ആഴങ്ങൾ കണ്ട്, ജീവിതത്തിന്റെ ആഴക്കടലിൽനിന്ന് മീൻ പെറുക്കി വിൽക്കുന്നു. അതിനാൽതന്നെ കടൽ മറ്റൊരു കവിയെയും പോലെ കാൽപ്പനികതയുടെ തിരത്തള്ളലല്ല പവിത്രന്. അന്നം തന്ന് ജീവിതം കാക്കുന്ന മീനുകളുടെ കലവറതന്നെയാണ്.

അടയാളവാക്യങ്ങൾ

നക്ഷത്രവും ജാതകവുമില്ലാത്തവന്റെ അടയാളവാക്യങ്ങൾ മലയാള കവിതയെ ഗൗരവതരമായി വീക്ഷിച്ചവർ നേരത്തെതന്നെ കണ്ടറിഞ്ഞിരുന്ന ലാളിത്യത്തിൽ നിന്നും സങ്കീർണതകളിലേക്ക് വളരുന്ന പവിത്രന്റെ കവിതകളെ ബാലചന്ദ്രൻ ചുള്ളിക്കാട് ചൂണ്ടിക്കാണിച്ചപ്പോൾ തൂക്കാൻ വിധിക്കപ്പെട്ട ഒരുവന്റെ ചിരി കണ്ടെടുത്തത് കെ പി ശങ്കരനാണ്. എന്നാൽ എന്തുകൊണ്ട് ഈ കവി മുഖ്യധാരയിൽനിന്ന് അകന്നുപോയി എന്ന ചോദ്യം ചോദിച്ചത് എം കെ ഹരികുമാറാണ്.

> "തിരുവോണദിനം
> തീവണ്ടിയിൽ
> കവിതചൊല്ലി
> ഞാനെന്റെ പുസ്തകം വിൽക്കുന്നു."

എന്നെഴുതി, പഠിക്കാൻ പണത്തിനുവേണ്ടി കവിത വിറ്റ പവിത്രൻ, മീൻ കച്ചവടം ചെയ്തുകൊണ്ടുതന്നെ-വായന പോലുമില്ലാതെ-ഇന്നും എഴുതിക്കൊണ്ടേയിരിക്കുന്നത് അനുഭവങ്ങളുടെ തീക്ഷ്ണതയിലാണ്, കുറിച്ചിടുന്നതിലെ സത്യസന്ധതയിലാണ്.

1993 മംഗളം കലാസാഹിത്യവേദി യുവ കവികൾക്ക് സംഘടിപ്പിച്ച കവിതാ മത്സരത്തിൽ 'ചിരിയുടെ പഞ്ചാംഗം' അവാർഡ് നേടിയിരുന്നു. 96-ൽ തൃശൂർ നുറുങ്ങ് അവാർഡും 99 ൽ മുറുവശ്ശേരി പുര

സ്കാരവും പവിത്രൻ നേടി. ഇടയ്ക്ക് കുറ്റ്യാടി ബസ് സ്റ്റാൻഡിലെ വേശ്യകൾ എന്ന കവിതാ പരമ്പരയിൽ ദേഷ്യം സഹിക്കാതെ ഒരാൾ തല്ലുകയും ചെയ്തു.

നുള്ളിയെടുത്തു നിങ്ങളാ പൂക്കളെല്ലാം
കൊണ്ടുപോയി പച്ചമാറാത്തിലകളും
മുള്ളെനിക്കാണെന്ന വാസ്തവജ്വാലയിൽ
പൊള്ളാതെ നിന്നു ചിരിച്ചു ഞാനപ്പോഴും

അനുഭവങ്ങളുടെ തീപ്പൊള്ളലിൽ നിന്ന് പിവത്രൻ എഴുതിക്കൊണ്ടേയിരിക്കുന്നു. ജീവിതത്തെ സ്നേഹിക്കുന്ന ഒരുവൻ, കാലത്തിനും സമൂഹത്തിനും നേരെയുള്ള എല്ലാ പ്രതിഷേധങ്ങളും ഒരു ചിരിയിലൊളിപ്പിച്ച്, ഇടയ്ക്ക് ജീവിക്കാൻ പ്രേരിപ്പിച്ച പലരെയും സ്നേഹത്തോടെ സ്മരിച്ച്...........കവിതയിൽ കൈപിടിച്ചു നടത്തിയ കെ പി കുഞ്ഞിമൂസ, പല കാലങ്ങളിൽ സഹായത്തിന്റെ വിരലുകൾ നീട്ടിയ ബാലൻ തളിയിൽ, അഡ്വ: സുലേഖ, കുരീപ്പുഴ ശ്രീകുമാർ വരെ...........പിന്നെ ആത്മഹത്യയിൽനിന്ന് തിരിച്ചുവിളിച്ച ഒരുപാട് പ്രണയങ്ങളെക്കുറിച്ച്:

("ഒരു ചില്ലക്ഷരം കൊണ്ടെങ്കിലും
നിന്റെ ഹൃദയത്തിലെന്നെ
കുറിച്ചിരുന്നെങ്കിൽ" എന്ന് കവിതയുടെ പ്രണയപർവം)

ദുഃഖങ്ങളുടെ നടുക്കടലിൽനിന്ന് തന്റെ ദുഃഖമിതാണ് എന്ന് പവിത്രൻ പറയുന്നത് ഒന്നു മാത്രമാണ് - മുറിഞ്ഞുപോയ പഠനം. യു എസ് എസ് സ്കോളർഷിപ്പ് റാങ്കോടെ നേടി എസ് എസ് എൽ സിയും പ്രീ-ഡിഗ്രിയും ഫസ്റ്റ് ക്ലാസ്സിൽ ജയിച്ച പവിത്രന് ബിരുദ പഠനം പാതിയിൽ മുറിയുകയായിരുന്നു.

"മുറിവുകളുടെ വസന്തം
പുലരികൾ പൂവുകൾ
ചക്രവാളങ്ങൾ
കൃഷ്ണമണികൾ
കടലാസുവഞ്ചികൾ
ഓർമകൾ
ഒക്കെയും ഉറുമ്പുകളരിക്കുന്നു."

ദുരിത ജീവിതത്തിന്റെ ഒരിടനാഴിയിൽ കവി സ്വയം പഴുപ്പിച്ചെടുക്കും. ഇരുമ്പഴികളിൽ കവിതയുടെ തലതല്ലി ചോരത്തുള്ളികൾ കൊണ്ട് ഒരു തെരുവിനെ നനച്ച് നിർത്തും. വാക്കുകൾകൊണ്ട് പൊള്ളിയും കാഴ്ചകൾകൊണ്ട് നഗ്നമായും ഉരിഞ്ഞുവീഴുന്ന ഒരു നേരിയ തോലിനുള്ളിൽ നിന്ന് അസ്ഥികൾ വിറകൊണ്ടു നിൽക്കും. എന്നിട്ട് പനിപിടിച്ച ഒരു കുഞ്ഞിന്റെ ഭ്രാന്തൻ പുലമ്പലുകൾകൊണ്ട്

ഉടലാകെ കനലുവിതറും. പൊള്ളിക്കരിഞ്ഞ ഓരോ തുണ്ടിലെയും ചോര വറ്റിയ കറുത്തപാടുകൾ കാണിച്ച് ഇതാ എന്റെ ജീവിതം എന്നു വിളിക്കും.

മുറി കൂടാൻ മടിക്കുന്ന മനസിന്റെ ആഴങ്ങളിൽനിന്ന് അത് ഒരു കവിതയാണെന്ന് ആരൊക്കെയോ തിരിച്ചറിയും. ഇത്രമേൽ നനുത്ത ഒരു തൊലി എത്ര ക്രൂരമായാണ് അവനൊരുവൻ പിച്ചിച്ചീന്തി ചോര കാണിച്ചത് എന്ന് ഓരോ കവിതയും തിരിച്ചറിയും. അങ്ങനെ ജീവിതം മുഴുവൻ അലഞ്ഞ കുഞ്ഞിരാമൻ നായരും ജോൺ അബ്രഹാമും നവാബ് രാജേന്ദ്രനും അയ്യപ്പനും എവിടെയൊക്കെയോ വേദനിപ്പിക്കുന്നുവെങ്കിൽ ഇതാ വേദനകളുടെ ഒരു തീമരം എന്നുകുറിച്ച് പവിത്രൻ കവിതയെ അപ്പാടെ പുണരുന്നു. വരികൾ മുഴുവൻ കത്തിപ്പടർന്ന് കാട്ടുതീയാവുന്നത് കവിത സ്വയമറിയുന്നു. കവിതയും പവിത്രനും പൊള്ളിയ ഉടലുകളിൽ പരസ്പരം തണുപ്പിച്ചെടുക്കുന്നു. അവിടെ കാന്തസ്ഥലിയിൽ പവിത്രന്റെ കവിത മുറിവുകളുടെ ഒരു വസന്തമാവുന്നു. കാട്ടുമുരിക്കുകളുടെ പൂക്കാലം.

പനിനീരിന്റെ നൈർമല്യവും മുല്ലവള്ളിയുടെ പ്രണയ ഗന്ധത്തിനും പ്രാപിക്കാനാവാത്ത ഉയരത്തിൽ മുള്ളുകളുടെ ഒരു മരത്തിൽ അത് ചുവന്നു നിൽക്കുന്നു. മുരുക്കിൻ പൂ പറിക്കരുതെന്ന് ഓരോ ബാല്യത്തെയും അമ്മമാർ പേടിപ്പിക്കാറുണ്ട്. പറിച്ചെടുത്ത് കൈവെള്ളയിൽ സൂക്ഷിക്കുന്ന ചുവപ്പിന്റെ തീക്ഷ്ണമായ ഇതളുകൾ കണ്ണുകളിൽ പൂക്കുമെന്ന് വന്യമായ ഒരുൾഭയം.

മുള്ളുമരത്തിൽ പൂക്കുന്ന ഈ കവിതയുമതേ: വെറുതേ ഒന്നു തൊട്ടുനോക്കുമ്പോൾ അതിന്റെ ആഴങ്ങളിലേക്കു പിടിച്ചുവലിച്ച് വരികളുടെ തടവറയിൽ അതൊരു മനുഷ്യനെ തളച്ചിടും.

നെഞ്ചിൽനിന്ന് പറിച്ചുവച്ച ഈ വരികളുടെ ചോരത്തുള്ളികൾ ജീവിതത്തിനും മരണത്തിനും ഇടയ്ക്കുള്ള നൂൽപ്പാലങ്ങളെക്കുറിച്ച് കണ്ണീരു തൊടാതെ പറയും. ഒന്നു തൊട്ടവന്റെ കണ്ണുകളിൽ മുഴുവൻ പൂത്തുനിന്ന് കവിത ഒരു മുരിക്കിൻ പൂവായിത്തീരും.

എന്തുകൊണ്ടാണ് സങ്കടങ്ങളുടെ ഒരു വൻകടലിൽ എന്ന് സംസാരിക്കുമ്പോഴും ഈ കവിതകളിൽ കണ്ണീർത്തുള്ളികളില്ലാത്തത്? നഷ്ടമായ ബാല്യവും അലച്ചിലിന്റെ യുവത്വവും വിശപ്പിന്റെയും വേരറ്റുപോകലിന്റെയും നാളുകളിലെങ്ങോ കണ്ണീരു വറ്റിയ കണ്ണുകളിൽനിന്ന് ഇറ്റുവീണത് ചോരത്തുള്ളികളായിരിക്കാം. അതാവും ഒന്നു കരയാൻ തോന്നുമ്പോഴേക്കും ഈ കവിതയാകെ ചോര നിറത്തിൽ തുടുക്കുന്നത്. തൊട്ടെടുക്കാൻ പാകത്തിൽ ഓരോ വരിയിലും ചോരയൂറുന്നത്. ഈ കവിതയോരോന്നും അനാഥരായ ഭൂമിയിലെ കുഞ്ഞുങ്ങൾക്ക് ഈ കവി സമർപ്പിക്കുന്നു. ഒടിഞ്ഞ ഒരു മരക്കുരിശിനെ ഒരു വയലിനായി മാറ്റാൻ കൊതിച്ച് അയാൾ പറയുന്നു:

"എന്റെ കണ്ണീരുവീണ്
ഒരു നാളീഭൂമിയിൽ
പ്രളയമുണ്ടാവും
അതിൽ
കൊടികളും കോടതികളും
ഒലിച്ചുപോകും
....
അതിൽ ശ്മശാനങ്ങളും ഭ്രാന്താലയങ്ങളും
ഒലിച്ചുപോവില്ല
അച്ഛനില്ലാത്ത കുഞ്ഞുങ്ങളും
പിച്ചക്കാരും ആണ്ടുപോവില്ല."

എ കെ ശ്രീജിത്ത്

2004 ൽ *മംഗളം* വാർഷിക പതിപ്പിൽ പ്രസിദ്ധീകരിച്ചത്

साहित्य अकादेमी
रवीन्द्र भवन, 35 फ़ीरोज़शाह मार्ग, नई दिल्ली-110 001
तार : साहित्यकार दूरभाष : 2338 7064, 2338 6626
फैक्स : 091-11-2338 2428
ई-मेल : secy@ndb.vsnl.net.in

Sahitya Akademi
(National Academy of Letters)
Rabindra Bhavan, 35 Ferozeshah Road, New Delhi-110 001
Gram : Sahityakar Phone : 2338 7064, 2338 6626
Fax : 091-11-2338 2428
E-Mail : secy@ndb.vsnl.net.in
Website : http://www.sahitya-akademi.org

प्रो. के. सच्चिदानन्दन
सचिव

Prof. K. Satchidanandan
Secretary

11 . 7 . 2005

[illegible]

[illegible]

To

Sri Pavithran Theekkuni,
AYANCHERI (P.O.),
Vadakara, KOZHIKODE.
Kerala

വിശപ്പിന്റെ മുന്നിലെ മരണം

പ്രിയപ്പെട്ട പവിത്രന്,

ഈയിടെ ചെന്നൈയിലെ ഒരു സാഹിത്യസമ്മേളനത്തിലെ പ്രസംഗത്തിൽ കേന്ദ്രസാഹിത്യ അക്കാദമി സെക്രട്ടറി കെ സച്ചിദാനന്ദൻ താങ്കളെ പരാമർശിച്ചു കേട്ടപ്പോൾ എനിക്ക് അതിയായ സന്തോഷം തോന്നി. തിരുവനന്തപുരത്തെ പഞ്ചനക്ഷത്ര ഹോട്ടലിൽ വച്ച് കേന്ദ്രസാഹിത്യ അക്കാദമി നടത്തിയ യുവകവിസംഗമത്തിൽ പവിത്രൻ തീക്കുനി ഇല്ലാത്തതെന്തെന്ന് കരിങ്കൊടിയുമായി പോയി ചോദിച്ചതു ഞാനോർത്തുപോയി. ഈ രണ്ടുകാര്യങ്ങളും തെളിയിക്കുന്നത് മലയാള കാവ്യരംഗത്ത് തീക്കുനിക്കവിതകൾക്കുണ്ടായ പ്രാധാന്യമാണ്.

തീവ്രാനുഭവ ഖനിയിൽനിന്നും താങ്കൾ പുറത്തെടുത്തു മലയാളത്തിനു നൽകിയത് അമൂല്യ വജ്രമാണെന്ന് കാലം പറയുന്നു. നിന്റെ വീടിന് ഞാൻ കല്ലെറിഞ്ഞിട്ടില്ലെങ്കിലും വിശ്വാസത്തെ ചോദ്യം ചെയ്തിട്ടില്ലെങ്കിലും വിശപ്പിനെ വാരിതിന്നപ്പോഴും കടം ചോദിച്ചിട്ടില്ലെങ്കിലും നമ്മുടെ വീടുകൾക്കിടയിൽ പരസ്പരം കാണാനാകാത്ത വിധം കെട്ടിയുയർത്തിയ മതിൽ, തുരുത്തുകളായി മാറുന്ന കേരളീയ സമൂഹത്തെക്കുറിച്ച് മനസുള്ളവർക്ക് തോന്നുന്ന വേദനയാണ്.

മരണം വിശപ്പിന്റെ മുന്നിൽ ചെറുതാണെന്നുള്ള വികാരം അറിഞ്ഞുകൊണ്ടുതന്നെ കെണിയിൽപ്പെടാൻ നമ്മളെ സന്നദ്ധരാക്കും. എലിയായും പുലിയായും മൊഴിയുന്നത് മനുഷ്യൻ തന്നെയാണ്.

വായനയിൽ പവിത്രൻ, പുരുഷപുസ്തകങ്ങൾ വായിച്ചുതീർക്കുന്ന പെൺസാന്നിധ്യത്തെ അനാവരണം ചെയ്യുമ്പോൾ ഇടിയും മിന്നലും വീടിനുകാവൽ നിൽക്കാനുണ്ടായ കാരണങ്ങൾ മറ്റൊന്നാണ്. ചുവക്കുകയും കറുക്കുകയും കനക്കുകയും ചെയ്യുന്ന മഴ. പാമ്പുകളിൽനിന്നും പരമ്പരാവകാശത്തെ പവിത്രൻ പിടിച്ചുവാങ്ങി മഴയ്ക്കു കൊടുക്കുകയാണ്. ചങ്ങാത്തത്തിന്റെ പുതിയ ലാവണ്യവഴികൾ.

കാണാതാവുന്നതാണ് സമൂഹത്തിന്റെ നേർകാഴ്ച. കിണറും മുറ്റവും പടിയും വരാന്തയും ഞാനും കാണാതാവുന്നത് പവിത്രൻ വിദഗ്ധമായി സൂചിപ്പിക്കുന്നതേയുള്ളൂ. ധാരാളം കൂട്ടിച്ചേർത്ത് നൊമ്പരപ്പെടാവുന്നത്.

രാഷ്ട്രീയ സ്പർശമില്ലാതെ ലോകത്ത് ഒന്നും തന്നെയില്ല. ഒറ്റ സംഖ്യകളുടെ വീടും രാഷ്ട്രീയ സമസ്യകൾ വിളിച്ചുപറയുന്നുണ്ട്. എന്നാൽ വളരെ പ്രകടമായതും പ്രകോപനപരമായതും കുഞ്ഞാണ്. അമ്മിഞ്ഞയോ ഊഞ്ഞാലോ വേണ്ടാത്ത കുഞ്ഞ് വാളോ കഠാരയോ ത്രിശൂലമോ കണ്ടാൽ പുഞ്ചിരിതൂകുന്നതു കണ്ടപ്പോൾ എനിക്കു പുഞ്ചിരിവന്നതേയില്ല. അപകടത്തിന്റെ വെടിമരുന്നു മണക്കുന്ന കവിത.

താക്കോലിലൂടെ പെൺമനസിന്റെ രഹസ്യതയെ പവിത്രൻ ശ്രദ്ധിപ്പിക്കുമ്പോൾ ചിലപ്പോൾ എന്ന വാക്ക് താക്കോൽവാക്ക് ആകുന്നത് കൗതുകകരമാണ്.

ജീവിതത്തിലേക്കു ചരിഞ്ഞതിനെ വാക്കുകൊണ്ടെത്രകാലം നിവർത്തിക്കെട്ടാനാകും എന്ന ചോദ്യത്തെ മരണത്തിലേക്കു ചരിഞ്ഞ ജീവിതത്തെ എന്നുമാറ്റി ചോദിക്കാൻ പ്രേരിപ്പിക്കുന്നു. പിന്തുടർന്ന് വരുന്നവരുടെ ചിന്തകളെ കമ്പികെട്ടി നേരെയാക്കാൻ പവിത്രൻ ശ്രമിക്കുന്നുണ്ട്.

പവിത്രാ, ദൈവത്തിന്റെ മേൽവിലാസം മാറ്റമില്ലാത്തതാണ്. ഫാസിസം കുടുംബമാസികയുടെ പത്രാധിപർ ഇപ്പോഴും ദൈവമാണ്. നമുക്ക് അയാളുടെ വിലാസം തെറ്റിപ്പോകുന്നു. നാവിന്റെ നിശ്ചലത ഒരു കാലത്തെ ഭീതിദമാക്കുന്നു.

ആത്മീയമാതാക്കളുടെ മുലപ്പാലുണ്ണാതെ കവിതയുടെ കേബിൾക്കുഴികളിലും മീൻതെരുവുകളിലും തഴച്ച കവിതയാണ് പവിത്രന്റേത്. അതിന്റെ കരുത്തും കാന്തിയും വേറെ തോട്ടങ്ങളിൽ കാണാനാകാത്തത്.

സ്നേഹപൂർവം

കുരീപ്പുഴ ശ്രീകുമാർ

വീട്ടിലേക്കുള്ള വഴികൾ

Chagall

വീട്ടിലേക്കുള്ള വഴികൾ

വീട്ടിലേക്ക്,
ഏറെയുണ്ട് വഴികൾ
വളഞ്ഞവ, വളയാത്തവ
ഇറക്കമുള്ളവ, ഇടുങ്ങിയവ
പുതിയവ, എളുപ്പത്തിലെത്തുന്നവ.
വീട്ടിലേക്ക്,
അച്ഛനുണ്ടൊരു വഴി
ചക്കയും മാങ്ങയും
തേങ്ങയുമടയ്ക്കയും സംസാരിക്കുന്ന വഴി
അണ്ണാനും നത്തും കുറുമ്പിപ്പശുവും
പുഴക്കാറ്റും
സുഖം തന്നെയല്ലേ
യെന്നു തിരക്കുന്ന വഴി.
മുറുക്കാൻ കട പാപ്പിയേയും
കുന്നത്തെ ദേവകിയേയും
കണ്ടുമുട്ടാറുള്ള വഴി.
മഴയുടെ ചരിഞ്ഞു പെയ്ത്തലിലും
ആഞ്ഞു വീശുമ്പോൾ,
ആളിക്കത്തുന്ന മുറിച്ചൂട്ടു വഴി.
തെങ്ങിൻ കള്ള് മണക്കുന്ന,
നാടൻപാട്ട് പൂക്കുന്ന വഴി
പക്ഷേ, ആവഴിയിപ്പോൾ

അച്ഛൻ വരാറില്ല..........
വീട്ടിലേക്ക് അമ്മയ്ക്കുണ്ടൊരു വഴി
കാലം കടം ചോദിച്ച വഴി
ജീവിതം പടം കൊഴിച്ചിട്ട വഴി.
എണ്ണയും കുഴമ്പും മണക്കുന്ന വഴി
പലവഴികളെ ചേർത്തവഴി.
പക്ഷേ,
ഇപ്പോൾ വടികുത്തിപ്പോലും
അമ്മയ്ക്കുവരാനാവാത്ത വഴി,
അമ്മയ്ക്കു പോകാനാവാത്ത വഴി.
വീട്ടിലേക്ക്,
ചേച്ചിക്കുണ്ടൊരു വഴി
ഇത്തിരി കയറ്റമുള്ള വഴി
മുല്ല മണക്കുന്ന വഴി
ഇല്ലി മറ കാവലാകുന്ന വഴി
അരയാലിലകൾ കോരിത്തരിക്കുന്ന വഴി.
സർപ്പസീൽക്കാരമുയരുന്ന വഴി
ഒരേ കല്ലിൽ തട്ടി
ഒരുപാട് നൊന്ത വഴി.
പക്ഷേ,
ചേച്ചിയിപ്പോൾ പുറത്തിറങ്ങാറേയില്ല.
വീട്ടിലേക്ക്,
കൂട്ടുകാരനുണ്ടൊരു വഴി
വാരാന്ത്യ വഴി
വാക്കെരിയുന്ന വഴി
അനിയത്തിയുടെ അടിവയറ്റിലേക്ക്
അവസാനിക്കുന്ന വഴി,
ഉന്മൂലനവഴി
പാതിയിലുപേക്ഷിച്ച വഴി.
പക്ഷേ,
അവനോട് വഴി മറന്നു പോയിരിക്കണം
അവനിപ്പോൾ നഗരത്തിലെവിടെയോ സുഖജീവിതം.
വീട്ടിലേക്ക്,
എനിക്കുമുണ്ടൊരു വഴി
പാലിക്കാനാവാത്ത വാക്ക്
പതിവായി കാത്തുനിൽക്കാറുള്ള വഴി,
പാടത്തേക്കും
മിച്ചഭൂമിയിലേക്കും
പോലീസ് സ്റ്റേഷനിലേക്കും
മുഷ്ടി ചുരുട്ടി,
ഇൻക്വിലാബ് വിളിച്ച്

അലറിപ്പോയ
കുണ്ടനിടവഴി.
ഞാനിപ്പോഴും വീടെത്താറുള്ള
അതേ പഴയ വഴി,
വീട്ടിലേക്ക് ശത്രുവിനുമുണ്ടൊരു വഴി
വാളോ, തോക്കോ, കഠാരയോ, ബോംബോ,
ഏതുമായും
ഏതു നേരത്തും നിർഭയം വരാവുന്ന വഴി
മിന്നൽ വേഗത്തിൽ
വന്നു പോകാവുന്ന വഴി
പ്രലോഭിപ്പിക്കുന്ന വഴി
പ്രീതിപ്പെടുത്തുന്ന വഴി.
പക്ഷേ,
അവന്റെ വരവിനെ സൂക്ഷിക്കണം
ചങ്കുപറിച്ചുയിരെടുക്കുവാൻ
ചങ്ങാതിയെ പോലെയാണവൻ
വരിക.
വീട്ടിലേക്ക്,
ഇനിയുമുണ്ടേറെ വഴികൾ.
വിചാരിക്കാതെയെത്തുന്ന,
വിരുന്നുകാരന്റെ,
ജപ്തി ചെയ്യാനെത്തുന്ന
അധികാരിയുടെ,
കണ്ണിൽ ചോരയില്ലാത്ത,
ബ്ലേഡുകാരന്റെ
കൈക്കുഞ്ഞുമായി
പെരുമഴപോലെയെത്തുന്ന,
കുഞ്ഞനിയത്തിയുടെ,
വീട്ടുകാരിയുടെ മാറിലേക്ക്,
കഴുകന്റെ കണ്ണുമായി,
വാടക ചോദിച്ചെത്തുന്ന,
വീട്ടുടമസ്ഥന്റെ,
സങ്കടവും സന്തോഷവും ഉത്കണ്ഠയും
ഒരേ സഞ്ചിയിലിട്ട്
ഉച്ച നേരത്തെത്തുന്ന
തപാൽക്കാരന്റെ.

വഴികാട്ടി

മുറിവേറ്റൊരാളെൻ
മനസ്സിൽ
കുനിഞ്ഞിരിക്കുന്നു.
പ്രളയ ഭീതിയിൽ
പ്രണയ ഭൂപടം
കീറി ചിരിക്കുന്നു.
ഉറക്കത്തിലവനെന്റെ
സ്വപ്ന ഗ്രന്ഥികളിൽ
വിഷം പുരട്ടുന്നു.
ഉണരുമ്പോളവനെന്റെ
ജീവിതം കൊണ്ടൊരു
പട്ടം പറത്തുന്നു.
എത്രയടച്ചാലു-
മുള്ളിലെ ജാലകമിടയ്ക്കു
തുറന്നിട്ടവൻ
വിതുമ്പിക്കരയുന്നു.
അവനോടെനിക്കിന്നിണ-
ക്കമില്ലെങ്കിലും,
അവനല്ലോ
എന്റെ
വഴികാട്ടിയിന്നും...............

കറവ

എന്നും
പുലർച്ചക്ക്
ഇടവഴിയിൽ
ഇലഞ്ഞിച്ചുവട്ടിൽ
പാൽക്കാരി പെണ്ണിനെ
അയാൾ
കാണാറുണ്ടായിരുന്നു.
പിന്നെ,
സ്വന്തമായൊരു
കറവപ്പശുവിനെ
വേണമെന്നായപ്പോൾ
ഒറ്റവലിയിൽ
പൊട്ടിപ്പോകുന്നൊരു കയറിട്ട്,
അവളെത്തന്നെ,
അയാൾ
വീട്ടിലേക്ക് തെളിച്ചു.

ചമ്മന്തി

മുത്തച്ഛന് മാങ്ങ ചേർക്കണം
മുത്തശ്ശിക്ക് വാളൻ പുളി തന്നെ വേണം
അമ്മയ്ക്ക് വെളുത്തുള്ളിയും
അച്ഛനിഞ്ചിയും പറ്റില്ല.
ഏട്ടന് തേങ്ങ വേണ്ട,
ഉപ്പും കാന്താരിയും കുത്തി
ഇത്തിരിയെണ്ണയൊഴിച്ചാൽ മതി.
ഒന്നോ രണ്ടോ നെല്ലിക്ക
അനിയത്തിക്ക് നിർബന്ധമാണ്.
അവൾ കുളിച്ചൊരുങ്ങുമ്പോഴേക്കും,
ചോറ്റുപാത്രത്തിലതു ഭദ്രമായിരിക്കണം.
അടുത്ത ബന്ധുക്കൾ,
സുഹൃത്തുക്കൾ,
പാർട്ടിക്കാർ,
അവർക്കും വേണം,
അവരുടേതനുസരിച്ച്,
ഓരോ വിധം
അഭിരുചികൾക്കൊത്ത് അരച്ച്, അരച്ച്,
അവളുടെ മനസ്സും അരകല്ലോളമെത്തി.
അതിൽ പിന്നെ ഒരു രാത്രി
നിബന്ധനകളൊന്നുമില്ലാത്ത ഒരാൾക്കുവേണ്ടി,
ചേരുവകളൊന്നും ചേർക്കാതെ തന്നെ,
ഒട്ടും ഒച്ച കേൾപ്പിക്കാതെ,
അവളും.....

ഇനി

കോരി മറിച്ചൊരു, മഴയത്ത്
റേഷൻ കടയുടെ,
തിണ്ണയോടൊട്ടി നിന്ന്
ഒരു പുഞ്ചിരി തന്ന്
ഞാൻ നിന്റെ കണ്ണിൽ തൊട്ടു.
പിന്നെ,
രണ്ടയില തന്ന്
കാശ്
വാങ്ങാതെ വാങ്ങുമ്പോൾ
ഞാൻ നിന്റെ കയ്യിൽ തൊട്ടു.
ഇന്നലെ,
ഒരു നനഞ്ഞ കവിത തന്ന്
ഞാൻ നിന്റെ മനസ്സിൽ തൊട്ടു.
മതി.
ഇനിയൊരിടത്തും
തൊടേണ്ട.
കാരണം
ഇനി തരാനൊന്നുമില്ല...............!

ഇത്രയും

ഇത്തിരി മണ്ണിലെനിക്കൊരു കൂട്
കൂട്ടിന്നിരിക്കാൻ പോന്നൊരു പെണ്ണ്.
കുട്ടികൾ രണ്ടാളിങ്ങനെ ജീവി-
ച്ചെന്നതിനുള്ളൊരു തെളിവ്.
കവിതകളെഴുതിപ്പോയതു കാലം
എന്നെ,
കരയിച്ചെന്നതിനുള്ളൊരു മുറിവ്.
പുഞ്ചിരി കണ്ടാലുള്ളൊരു ഭയമോ,
പ്രണയം കണ്ണിൽ തീണ്ടിയൊരറിവ്.
മുള്ളുകൾ തൊട്ടു തലോടി നടപ്പോ,
കണ്ടകിനാവുകൾ തന്നൊരുറപ്പ്.

വികസനം

വീടുയരും
മുമ്പേ,
മതിലുയരുന്നു.
വീട്ടുകാരനെ,
കാണും മുമ്പേ,
കാവൽ പട്ടി,
കുരച്ചു ചാടുന്നു.
പെണ്ണു ചോദിക്കും
മുമ്പേ,
ഭൂമിയുടെ വിസ്തീർണ്ണം തിരക്കുന്നു.
മാസ ശമ്പളത്തിൽ
അക്കങ്ങളെത്രയെന്നു തിരക്കുന്നു.
നാമിങ്ങനെ വികസിച്ചാൽ
നാളെ നാടെന്താവും?

അയൽക്കാരൻ

എന്നും,
എന്നെ കടിച്ചു കീറുവാൻ കുരച്ചു ചാടാറുള്ള,
എന്റെ അയൽക്കാരൻ
പെട്ടെന്നൊരു ദിവസം മനുഷ്യനായി.
എന്താണിതെന്ന്,
എത്ര ചിന്തിച്ചിട്ടും
എനിക്കുത്തരമില്ലാതായി.
എന്റെ തോളിൽ തട്ടി ചിരിച്ചും,
വീട്ടിലേക്കു ക്ഷണിച്ചും,
കുട്ടികളെ തൊട്ടു തലോടിയും,
വീട്ടുകാരിയോട് കുശലം ചോദിച്ചും,
അവനെന്നെയമ്പരപ്പിച്ചു.
ജീവിതം, പ്രണയം,
വാണിഭം, കവിത, പ്ലാച്ചിമട,
നവരാഷ്ട്രീയ സൂത്രവാക്യങ്ങൾ,
ഒക്കെയും,
യോജിച്ചും, വിയോജിച്ചും,
അവനെന്നോടു സംസാരിച്ചു.
പക്ഷേ,
ഒന്നുമാത്രം പറഞ്ഞില്ലവൻ,
മുമ്പെന്നെ കാണുമ്പോഴൊക്കെ,
മോങ്ങിയും, വാലാട്ടിയും,
നക്കിത്തുടച്ചും നിൽക്കാറുള്ള,
അവന്റെ
വളർത്തു പട്ടിക്ക്
എന്തുപറ്റിയെന്നു മാത്രം..........

കപ്പ

വെളുപ്പാൻ കാലം തൊട്ട്,
ഷട്ടർ താഴ്ത്തുവോളം
പുറത്തിരുന്നേക്കണം
കൂട്ടത്തിലുള്ളവ,
പലവഴികളിലേക്ക് പിരിയുന്നത്
കണ്ടിരുന്നേക്കണം
വെട്ടിനുറുക്കും വരെയും
മണ്ണിലായിരുന്നുവെന്ന്,
ബോധ്യപ്പെടുത്തിയേക്കണം
കാന്താരിയുടെയും, മത്തിച്ചാറിന്റെയും കാലമല്ലിത്.
മട്ടനെയും ചിക്കനെയും കെട്ടിപ്പിടിച്ചേക്കണം
എല്ലായിടത്തും, ഇക്കാലത്ത്
കയറിചെല്ലാൻ കഴിയില്ല.
വീടുകളിലിപ്പോൾ,
രാമേട്ടനും, മമ്മതിക്കയൊന്നുമില്ല.
പ്രമേഹവും അൾസറും
കൊളസ്ട്രോളുമൊക്കെയാണ്
കാര്യങ്ങൾ നോക്കി നടത്തുന്നത്.
കാണുമ്പോഴൊക്കെ,
എന്തിനാണിങ്ങനെ,
കുട്ടിക്കാലത്തേക്ക് കൂട്ടിക്കൊണ്ടു പോകുന്നത്?
ചുട്ടെടുത്ത്,
കീശയിലിട്ട്,
പള്ളിക്കൂടത്തിലേക്ക്
പാഞ്ഞതിനെ,
ഓർമ്മപ്പെടുത്താനോ..........

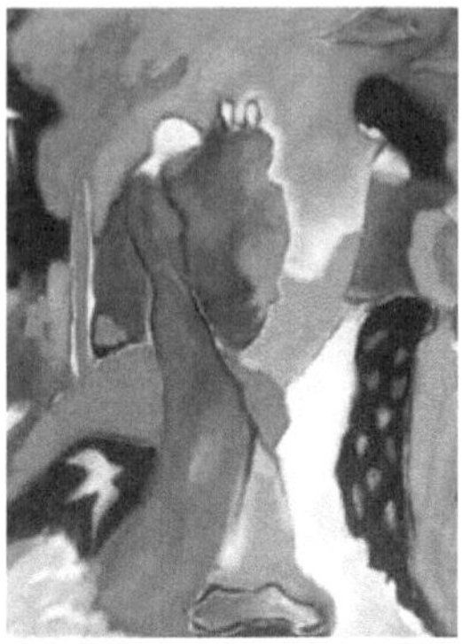

വേനൽമഴ

അമ്മയോട്
പറയാതെ,
മുന്നറിയിപ്പൊ-
ന്നുമില്ലാതെ,
വേനൽ മേഘ
ച്ചില്ലയിൽ നിന്നും,
അടർന്നു പോന്നൊരു,
കുഞ്ഞു മഴപ്പൂവ്.
പക്ഷേ,
മണ്ണിലെത്തും മുമ്പേ,
അവൾ,
മടങ്ങിപ്പോയത്,
വീട്ടിലേക്കല്ലല്ലോ.........
എന്റെ
കൂട്ടുകാരിയുടെ,
നെഞ്ചിലേ, കണ്ണിലേക്കല്ലോ.........!

മടക്കം

ഏതു മലതൻ
ഉച്ചിയിൽ നിന്നും
ഊരിക്കുത്തിയൊലിച്ചു ഞാൻ.
കാടും കിളികളും പോന്നൂ കൂടെ,
വേരും മരങ്ങളും പോന്നു
പാറയും മണ്ണും മൃഗങ്ങളും പോന്നു
കൂടെ ചതഞ്ഞ കിനാവും.
കാടു മുടിഞ്ഞു കിളികൾ പിരിഞ്ഞു
വേരു മുറിഞ്ഞു മരങ്ങളുണങ്ങി.
പാറയും മണ്ണും കുഴഞ്ഞു മറിഞ്ഞു
കൂട്ടം തെറ്റി മറഞ്ഞു മൃഗങ്ങൾ.
തേറ്റയും കൊമ്പും മുളച്ചതിലൊന്നെന്റെ
കൂടെ തന്നെ നടന്നു
തേഞ്ഞ കിനാവിനു കൂട്ടായിന്നും
പോന്ന മലയതു തേടുന്നു......

കുഞ്ഞ്

അമ്മിഞ്ഞ വേണ്ട
അമ്പിളി മാമനെ, കാട്ടേണ്ട
താരാട്ട് പാട്ടുകൾ കേൾക്കേണ്ട
പൂന്തുട നുള്ളിയി-
ട്ടിക്കിളി കൂട്ടേണ്ട
പാവയും,
ഊഞ്ഞാലും,
വേണ്ടേ, വേണ്ട
പക്ഷേ,
വാളോ കഠാരയോ
ത്രിശൂലമോ കണ്ടാൽ
കാലിട്ടടിക്കും
പുഞ്ചിരിതൂകും
കുഞ്ഞി കയ്യുകൾ നീട്ടും.
പെട്ടെന്നെഴുന്നേൽക്കാനായും......!

ചോര പൊടിയാത്തവ

വേദനയും
നീറ്റലും
കുറവായിരിക്കും
ചോരപൊടിയുന്ന
മുറിവുകൾക്ക്.
എന്നാൽ
ഉറക്കത്തിൽ പോലും
സ്വൈര്യം തരില്ല
ചോര പൊടിയാത്തവ.
തെരുവിൽ
അരിവാൾ ചുറ്റിക നക്ഷത്ര സ്തൂപത്തിന്നരി
കിലാണച്ഛന്റെ കിടത്തം
അച്ഛന്റെ കണ്ണുകളിലാണ്
ഉറുമ്പുകളുടെ കൊട്ടാരം.
ആരോടും,
പത്തു പൈസയ്ക്കാണ്
അച്ഛന്റെ ചോദ്യം.
ചെയ്ത ഏക വോട്ട് അസാധുവായി-
പോയെങ്കിലും
വോട്ടർപട്ടികയിലിപ്പോഴും
അച്ഛന്റെ പേരുണ്ട്.

അമ്മ
ഒരു നുണയായിരുന്നു.
അമ്പിളി മാമനെ പിടിച്ചുതരാമെന്ന്,
അന്തിക്ക് മിഠായിപ്പൊതികളുമായി
വരാറുള്ളവരെല്ലാം മാമന്മാരാണെന്ന്,
ഇരുട്ടിൽ തെക്കെ ഇല്ലിക്കൂട്ടത്തിന്നടുത്തു
പോയാൽ നിധി കിട്ടുമെന്ന്
തെരുവിലർദ്ധനഗ്നനായി കിടക്കുന്നവൻ
കഴുത്തു ഞെരിച്ചു കൊല്ലുമെന്ന്,
അന്ന്
അമ്മ പറഞ്ഞ നുണകളെല്ലാം
വിശ്വസിച്ചിരുന്നു.
കണ്ണാരം പൊത്തിയെണ്ണുമ്പോൾ
കുഞ്ഞനുജത്തി, ഒളിച്ചിരിക്കുന്നത്
എവിടെയായിരിക്കുമെന്ന്
എനിക്ക് നിശ്ചയമുണ്ടായിരുന്നു.
ഒരു നൊടി മതിയായിരുന്നു
അവളെ കണ്ടെത്താൻ.
എന്റെ അറിവിന്റെ പരിധിക്കുള്ളിലായിരുന്നു
അന്നവളുടെ
ഒളിയിടങ്ങൾ.
ഇന്ന്, ഏറെ കണ്ണു പൊത്തിയിട്ടും
ഏറെയേറെയെണ്ണിയിട്ടും
കണ്ടെത്താൻ എനിക്കാവുന്നില്ല
അവളുടെ ആയുസ്സിന്റെ ഒളിയിടം.
ഇനിയൊരിക്കലും
കാണാനിടയാവരുതെന്നും,
ഈയോർമ്മകളാലിനി
യൊരിക്കലും,
വിതുമ്പാനിടയാവരുതെന്നും
പറഞ്ഞുറച്ചാണ്
ഗ്രീഷ്മാസ്തമയത്തിൽ പിരിഞ്ഞത്.
പക്ഷേ,
വാക്കു പാലിക്കാൻ കഴിഞ്ഞില്ല.
താലികെട്ടുന്നത്
നടയോളം ചെന്നുകണ്ടു.
വാടി വീണൊരു ചെമ്പകപ്പൂവെടുത്ത്
തിരിച്ചു നടന്നു.
ജയിലിൽ വെച്ച് കണ്ടപ്പോൾ എന്നോട്
തളർന്നു പോകരുതെന്നും,

പ്രസ്ഥാനത്തിന് കരുത്തു പകരണമെന്നും
ബോധ്യപ്പെടുത്തിയിരുന്നു.
ഭ്രാന്താശുപത്രിയിൽ വെച്ച്
അവസാനമായി കണ്ടപ്പോൾ
ആത്മീയതയുടെ
ആഴങ്ങളിലേക്ക്
ഇറങ്ങിചെല്ലണമെന്നും
ഇടയ്ക്ക്,
വേരുകൾ തേടി ചെല്ലണമെന്നും
ഉപദേശിച്ചിരുന്നു.
അപ്പോഴവൻ
അടിയില്ലാത്ത തൊട്ടിയിൽ
വെള്ളം
കോരിക്കൊണ്ടേയിരിക്കുകയായിരുന്നു.

കവി

നിങ്ങളുറങ്ങുമ്പോൾ,
അവൻ ഉണർന്നിരിക്കും.
നിസ്സഹായരാകുമ്പോൾ,
അവനത്താണിയാകും.
നിങ്ങൾക്കുനേരെ ചീറിവരുമ്പോൾ
വിരിമാറുകാണിക്കും.
ഓരോ വാക്കിലും,
ആകാശവും ഭൂമിയുമളന്നെടുക്കും.
ഓരോ വരിയിലും ജീവിതമുറക്കിക്കിടത്തും.
നിർണ്ണായകങ്ങളിൽ നിങ്ങളുടെ
തേരാണി ഊരിത്തെറിക്കുമ്പോൾ,
ഹൃദയത്തിൽ വിരൽ ചേർത്തുവെച്ച്,
രക്ഷയാകുന്നതും അവൻ തന്നെ.
പക്ഷേ,
നിങ്ങളോട് ഒരുവരവും ചോദിക്കില്ല.
എന്നും പൂക്കൾ മാത്രം നിങ്ങളറുത്തെടുക്കുമ്പോൾ
മുള്ളിന്റെ നോവും കണ്ണീരും
ഒപ്പിയെടുക്കുന്നതും അവൻ തന്നെ.
എന്നാലും,
നിങ്ങളവനെയറിയുന്നില്ല.
എന്നും അവഗണനയുടെ മുൾക്കിരീടം

ചാർത്തിക്കുകയല്ലാതെ.
പെട്ടെന്നൊരു ദിനം,
നിങ്ങൾക്കു മുമ്പിൽ നിന്നുതന്നെ,
ചങ്കിലെ തീയും,
നെഞ്ചിലെ ചിറകൊടിഞ്ഞ
സ്വപ്നവുമായി,
അവൻ നടന്നു നടന്നു മറയും.
അവന്റെ സ്വന്തം ഏകാന്തതയിലേക്ക്
കാണാച്ചെരുവിലെ സ്വന്തം വീട്ടിലേക്ക്!

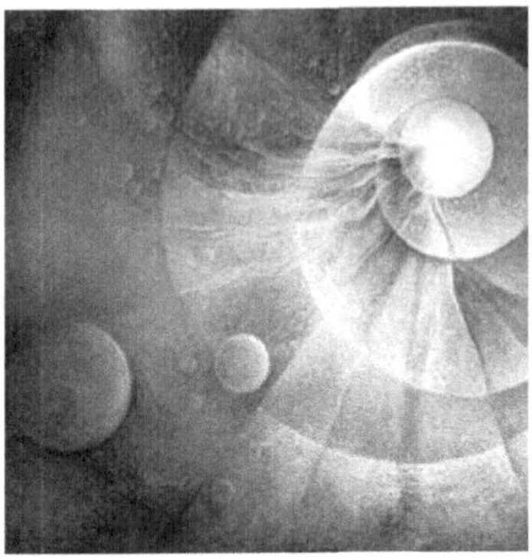

പത്ത് പ്രണയക്കുറിപ്പുകൾ

ഭാര്യയും കുട്ടികളും ഉള്ള, ഒരു മീൻ കച്ചവടക്കാരനാണെന്നറിഞ്ഞിട്ടും, എന്നോടൊപ്പം എരിഞ്ഞടങ്ങുവാനൊരുക്കമാണെന്നറിയിച്ച്, പ്രണയിക്കുന്ന ഏറ്റവും പുതിയ തലമുറയിലെ എന്റെ പ്രിയ കവയിത്രിക്ക്.

1

വിശുദ്ധ സ്നേഹത്തിന്റെ
താഴ്വരയിൽ,
മഴമേഘങ്ങൾ കൊണ്ട്,
ഞാനൊരൊറ്റ മുറിയുള്ള വീടു പണിയും.
വേഴാമ്പലിന്റെ ചങ്കു പറിച്ചെടുത്ത്
ഞാനതിന് വാതിലൊരുക്കും
മിന്നാമിനുങ്ങുകളെ,
നിര നിരയായി വച്ച്,
ഞാനതിന് ജാലകങ്ങളുണ്ടാക്കും.
കൊടുങ്കാറ്റു കൊണ്ടൊരു മണിമഞ്ചം
മിന്നല് കൊണ്ടതിനെയലങ്കരിക്കും
ഒരിക്കലും നീ വരില്ലെന്നറിയുമ്പോഴും
ഒരായുസ്സ് മുഴുവൻ നിന്നെ ഞാൻ
പ്രതീക്ഷിച്ചു കൊണ്ടേയിരിക്കും.

2

നിന്നിൽ നിന്ന് എന്നിലേക്കും
എന്നിൽ നിന്ന് നിന്നിലേക്കും
കവിതയുടെ
ഒറ്റവരിപ്പാലം
അതിന്നടിയിലൂടെ,
ആഴങ്ങളെ മൂടി
കുത്തിയൊഴുകുന്നു
ജീവിതം.

3

ചിതലു തിന്ന,
കണക്കു പുസ്തകത്തോടൊപ്പം,
നീ തന്ന മയിൽപ്പീലിയും.
സ്വന്തം
ചിതയിലേക്ക്
പറക്കുവാനാണല്ലോ
നീയെനിക്ക്
ചിറകു തന്നത്.
ആര് നമ്മെ മുറിച്ചുമാറ്റിയാലും
വേരുകളാൽ
ഭൂമിക്കടിയിൽ
നമ്മൾ കെട്ടിപ്പിടിച്ചുകൊണ്ടേയിരിക്കും.

4

മനസ്സിലുള്ളത്
മഴയാണ്
മഴ പെയ്യുന്നത്
നിന്റെ ഓർമ്മകളിലേക്കാണ്
ഇലഞ്ഞിപ്പൂക്കൾ നിറഞ്ഞ
ഇടവഴിയിലൂടെ നമ്മളിപ്പോൾ നടക്കുകയാണ്
ഇടയ്ക്ക്, എന്റെ കണ്ണുകളിലേക്കു
നോക്കി
നീ ചോദിക്കുന്നു.
'ചതിക്കുമോ?'
ഇല്ലെന്ന്, ഒരു ചുംബനത്തിലൂടെ
ആണയിടുന്നു.
മഴയ്ക്കു കനം വയ്ക്കുന്നു.

5

സ്വപ്നത്തിൽ പോലും
മാലാഖയെ
ഞാൻ കണ്ടിട്ടില്ല.
അതിനാൽ മാലാഖയോട്
നിന്നെ ഞാൻ ഉപമിക്കില്ല.
റോസാപ്പൂവ്
എനിക്കിഷ്ടമല്ല
അതിനാൽ റോസ്സാപ്പൂവിനോടും.
മുക്കുറ്റിപ്പൂവിനെക്കുറിച്ച്
നിനക്കറിയില്ല.
അതിനാൽ മുക്കുറ്റിപ്പൂവിനോടും.
നീ,
കവിതയെഴുതുന്നവളായതുകൊണ്ട്
നിന്നെ മറ്റൊന്നിനോടും
ഞാൻ ഉപമിക്കില്ല.
നിന്നെ, നിന്നോടല്ലാതെ.

6

നക്ഷത്രങ്ങളില്ലാത്ത രാത്രി
നിന്നിടം പൊള്ളുന്നു.
ഇരുട്ടിലേക്കെന്നെ നീ
പിന്നെയും വലിച്ചെറിയുന്നു.
മോർച്ചറിയുടെ മൗനത്തിൽ നിന്നിറങ്ങി
കവിത,
ജീവിതത്തിന്റെ
പടികയറുന്നു.

7

നീ
എനിക്കെഴുതുമ്പോൾ
അത്
ജലലിഖിതം പോലെ
നീ
എന്നോട് മൊഴിയുമ്പോൾ
അത്
മരുഭൂമിയിലെ പെരുമഴപോലെ.
നീ
എനിക്കു വേണ്ടി കാത്തിരിക്കുമെന്ന്

ഉറപ്പു തരുമ്പോൾ
അത്
കുതിരയ്ക്കു കൊമ്പു മുളയ്ക്കുന്ന
പോലെ.

8

നിലാവിനെക്കുറിച്ചോ
നക്ഷത്രങ്ങളെക്കുറിച്ചോ,
കുന്നിൻ ചരിവിലെ
സന്ധ്യകളെക്കുറിച്ചോ,
നാം തമ്മിൽ സംസാരിച്ചിട്ടില്ല.
പ്രണയംകൊണ്ട്,
നീയെന്റെ മുറിവുകൾ തുന്നുന്നു.
കരകളെയും പാറകളെയും മരങ്ങളെയും,
അണകളെയും
അതിജീവിച്ച്
എന്നെങ്കിലും നീയെന്നിലേക്ക്
ഒഴുകിയെത്തിയേക്കാം
അന്ന്,
കൈമാറുവാൻ കരളിലിന്നേ,
കരുതിവയ്ക്കുന്നു
ഒരു കനൽക്കാലം

9

വാക്കുകളുടെ
ഈ കൊടുംകാട്ടിൽ
ആര് തീർത്തതാകുമീ ദേവാലയം.
നാല് നിലകളുള്ള
ഇതിന്റെ ചുവരിന്മേൽ
ആര് തൂക്കിയതാകുമീ
നാഴികമണി.
ഇതിന്റെ ചുവന്ന സൂചികൾ
എപ്പൊഴും
പിന്നിലേക്ക്
തിരിയാൻ
വെമ്പുന്നതെന്തിനാവും?
ആശ്രയമറ്റ,
എത്ര മുറിഞ്ഞ പ്രാർത്ഥനകൾക്ക്,
ഇവിടെ നിന്നും

ചിറകു മുളച്ചിട്ടുണ്ടാവും
അല്ല,
എത്ര വിശ്വാസികളുടെ
നേരവും കാലവും
ഈ നാഴികമണി
തെറ്റിച്ചിട്ടുണ്ടാവും.

10

"വട്ടുണ്ടോ അച്ഛന്?"
നിന്റെ പ്രണയലേഖനം വായിച്ച്
നാലാം ക്ലാസ്സുകാരി ചോദിക്കുന്നു.
വാഴച്ചോട്ടിൽ,
ചോറുകലം കഴുകുന്ന
അമ്മയെ
അവൾ സഹതാപത്തോടെ നോക്കുന്നു.
കവിതയെഴുത്തും പ്രണയവും
അച്ഛന്
വട്ടുതന്നെയാണെന്ന്
അവളോട് പറയാതെ പറയുന്നു.
പേനയിൽ
മഷിയില്ലെന്നറിയുന്നു.
നിനക്ക്
മറുകുറിയെഴുതുവാൻ
അവളുടെ പേന വാങ്ങുന്നു.
അവളിപ്പോൾ
മുറ്റത്ത് കള്ളിവരയുകയാണ്
ഒറ്റക്കാലിൽ
അവളോരോ കള്ളിയും
ചാടിക്കടക്കുന്നുണ്ട്.
പ്രിയ കവയിത്രി
എനിക്കെന്നെങ്കിലും
നിന്റെ പ്രണയത്തിന്റെ കള്ളികൾ
ചാടി കടക്കാനാവുമോ?

ഒരിക്കലും

എത്രമേൽ നിനക്കെന്നെ
സൂക്ഷിച്ചു വെക്കാനാവും,
അത്രമേലൊരിക്കലു-
മാവില്ലെനിക്കു നിന്നെ.

മുറിവ്

സ്നേഹിതാ-
മിഴിയോള-
മാഴവും വലിപ്പവു-
മേറിടും മുറിവേത്?

മിച്ചം

പാതിരാ, കല്ലിന്മേൽ ഞാൻ,
തച്ചെന്നെ, തിരുമ്പുന്നു.
ജീവിതക്കറകളാൽ-
മുഷിഞ്ഞ നോവും വാക്കും.
മുഷിഞ്ഞു, മുമ്പേക്കാളു-
മെന്നതേ, മിച്ചം രണ്ടും.
കല്ലിനു വെളുപ്പേറി-
യെന്നത്രം മഹാമിച്ചം!

ഒറ്റസംഖ്യകളുടെ വീട്

1 ആരോടും മിണ്ടില്ല
അകത്തായാലും പുറത്തായാലും,
ഒരേ നിൽപ്പാണ്.
എന്തോ, ആലോചിച്ച്, ആലോചിച്ചങ്ങനെ......

3 ന്
തീരെ വയ്യ.
എങ്കിലും മുറ്റമടിക്കും
പാത്രങ്ങൾ കഴുകും
പല്ലെല്ലാം കൊഴിഞ്ഞെങ്കിലും
വായിലെപ്പോഴും മുറുക്കാൻ കാണും.

5 തന്നെ,
തന്നെക്കൊണ്ടുതന്നെ
ഹരിച്ചുനോക്കും
ശിഷ്ടങ്ങളില്ലെന്നോർത്ത് നെടുവീർപ്പിടും.

7ന്
എപ്പോഴും പ്രശ്നമാണ്
എല്ലാ കാര്യത്തിലും തലയിടും
ഒടുവിലെവിടെയും കാണില്ല.

9പുരനിറഞ്ഞ് നിൽപ്പാണ്.
ഉടുത്തൊരുങ്ങി
മുഖം കാണിക്കാനും
പേരുപറയാനും
തുടങ്ങിയിട്ട്
കാലമേറെയായി.

തിരിച്ചേറ്റം

കൂക്കിവിളിക്കുവാൻ പോലും,
കരുത്തില്ലാത്ത, വെറും
കാഴ്ചക്കാരായിരുന്നു
ഞങ്ങളിത്രയും കാലം.
വേദിയിൽ,
നിങ്ങളുടെ
വേതാളച്ചുവടുകൾ
ആഭാസ വചനങ്ങൾ.

നിങ്ങൾ,
മുറുക്കിത്തുപ്പിയത്
ഞങ്ങളുടെ നെഞ്ചിലേക്ക്.
നിങ്ങളുടെ ഏമ്പക്കം,
കെടുത്തിക്കളഞ്ഞത്,
ഞങ്ങളുടെ സ്വപ്നങ്ങളെ.
നിങ്ങളുടെ കൽപ്പനകൾ
ശ്വാസം മുട്ടിച്ചത്,
ഞങ്ങളുടെ സ്വാതന്ത്ര്യത്തെ.
അന്തിനേരത്തെ, നിങ്ങളുടെ തിരുസഞ്ചാരങ്ങൾ,
മുറിവേൽപ്പിച്ചത്
ഞങ്ങളുടെ അഭിമാനത്തെ.
നിങ്ങളുടെ കരുനീക്കങ്ങളിൽ ചിതറിപ്പോയത്,

ഞങ്ങളുടെ കൂട്ടായ്മ
അതെ,
അരങ്ങിലിപ്പോൾ ഞങ്ങളാണ്.
കീഴാള നടനമാണ്.
ജീവിത തോറ്റമാണ്.
അറിയാം
ഞങ്ങളുടെ വാക്കുകൾ, നിങ്ങളെയിപ്പോൾ
ശ്വാസം മുട്ടിക്കുന്നുണ്ടെന്ന്
ബിംബങ്ങൾക്കു മുമ്പിൽ
നിങ്ങൾ വാലാട്ടി നിൽക്കുന്നുണ്ടെന്ന്!
ഉപമകളോട്, തലകുനിച്ച്
ഉടുമുണ്ടു ചോദിക്കുന്നുണ്ടെന്ന്.!!

ഇഷ്ടം

ഇടനെഞ്ചിലൊരിഷ്ടം, പണ്ടേ-
യിടിമിന്നലൊടിച്ചു മടക്കാൻ
അടിമുടി പൂക്കും പ്രണയത്താ-
ലിടിയും തീരത്തൂടെ നടക്കാൻ.

കണ്ണിൽ കണ്ണിൽ നോക്കിയിരുന്നീ-
കള്ളിച്ചെടികൾക്കുമ്മ കൊടുക്കാൻ
വാക്കുകൾ തമ്മിൽ കൂട്ടി വിളക്കീ-
ജീവിതമിത്തിരി മിന്നിക്കാൻ.

ഇടനെഞ്ചിലൊരിഷ്ടം, പണ്ടേ,
കടലു മുറിച്ചു കടക്കാൻ
നീർനായ കടിച്ചൊരു കാലത്തിൻ
പാടുകൾ മാറ്റി, തൊട്ടു തലോടാൻ

മാറ്റം

ദൈവമേ,
അവിടുത്തെ വിലാസം
മാറിയിട്ടുണ്ടോ?
എത്ര കത്തുകളെഴുതി
എത്ര കവിതകളയച്ചു
ഒന്നിനും മറുപടി കണ്ടില്ലല്ലോ...........
ഒന്നും അച്ചടിമഷി പുരണ്ടില്ലല്ലോ...........

അല്ല-
'കലാപം' വാരികയുടെയും
'ഫാസിസം' കുടുംബമാസികയുടെയും
പത്രാധിപരും മാനേജരും
ഇപ്പോഴും താങ്കൾതന്നെയല്ലെ?

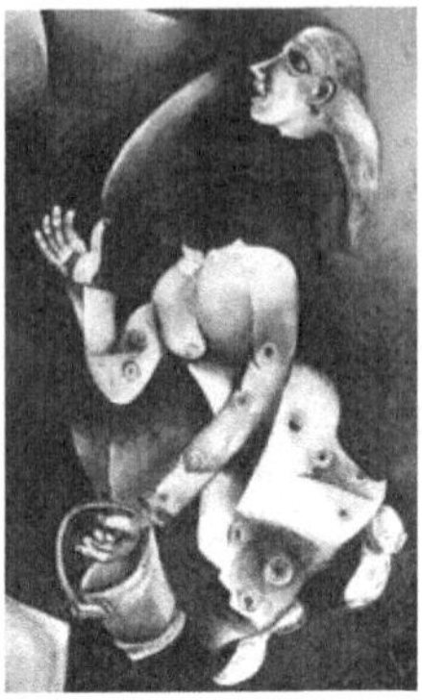

എലി പറയുന്നത്.......

കെണി തന്നെ,
യെന്നറിയാം.
പണിനിന്റേ-
തെന്നറിയാം.
പക്ഷേ, വിശപ്പിനേക്കാളും
വലുതല്ലല്ലോ മരണം!

പുലി പറയുന്നത്

വരും, വരുമെന്നു,
പറഞ്ഞു നീ,
ഒരുപാടായ് ഭയപ്പെടുത്തുന്നു.
വരാതിനി വഴിയില്ല,
നിന്റെ
കുലം മുടിച്ചൊടുക്കിടാതെയും!

നാവ്

നാവേ,
നാവേ,
നിനക്കെന്തുപറ്റി
ഏത് ഗുഹയിൽ നീ
ചെന്നുപറ്റി.
ഘോര, ഘോര-
മലറിയ നാവേ,
മുഴക്കിയ നാവേ,
ചോദ്യം ചോദിച്ചു മുട്ടിച്ച നാവേ,
നേരിൻ ചരിതം മൊഴിഞ്ഞ നാവേ,
നാവേ, നാവേ
നിനക്കെന്തുപറ്റി
വായക്കുള്ളിൽ
നീ തൂങ്ങിമരിച്ചോ.......?

വീട്ടുവിശേഷം

ചാരുകസേരയിൽ
പഴയപ്രതാപത്തോടെ
ക്ഷയം.
കീറപ്പായയിൽ ചുരുണ്ടു ചുരുണ്ട്
വാതം.
തിണ്ണയിൽ തന്നെത്തന്നെ
വിവർത്തനം ചെയ്ത്
പ്രമേഹം.
എന്നും ചായക്കടവരെ പോകും
പത്രവായന കഴിഞ്ഞാൽ തിരിച്ചുപോരും
കൊളസ്ട്രോളിന്
മറ്റൊരു ലോകമേയില്ല.
പറമ്പിലെപ്പോഴും
ഇല്ലാത്ത പച്ചിലകൾ തേടിക്കൊണ്ടേയിരിക്കും
അർശസ്സ്.
കാണുന്നവരോട്
ഒച്ചിനെക്കുറിച്ച് തിരിക്കിക്കൊണ്ടേയിരിക്കും
തൊഴുത്തുവരെ, അല്ലെങ്കിൽ കിണറ്റിൻ കരയോളം
രണ്ടടി വെയ്ക്കുമ്പോഴേക്കും
ചുരം കയറുന്ന ബസു പോലെയാവും

ആസ്ത്മ.
തൂമ്പയുമായ്
ഉണങ്ങിത്തുടങ്ങിയ
വെറ്റക്കൊടിയുടെ അടുത്തെപ്പോഴും
അൾസറിനെക്കാണാം.
മനോരമയും മംഗളവും
എപ്പോഴും കൂട്ടിനുണ്ടാവും
ബി പിക്ക്.
തന്റെ സ്വപ്നങ്ങളോളം പ്രായമുള്ള വീട്ടിലിരുന്ന്
ഇടയ്ക്കവൾ തന്നോടുതന്നെ ചോദിക്കും
കാത്തിരിപ്പെന്ന മഹാരോഗത്തിന്
വർജ്ജിക്കേണ്ടത് എന്താണ്.................?

മൺകലം

ഉമിക്കരിയും പേറി
വിറക് കൂടയുടെ
മൂലയ്ക്കിരിക്കുന്നു
പഴയൊരു മൺകലം.

ഒത്തിരിക്കാലം
വെന്തുനിറഞ്ഞത്
നൊന്തു കറുത്തത്
ഉറിയിലഹങ്കരിച്ചത്
ചിരട്ടത്തവിയെ സുഖിപ്പിച്ചത്.

പരുപരുത്തതിനെ
അവസരങ്ങൾ കൊണ്ട്
മൃദുലമാക്കിയത്.
ഇത്തിരിയുള്ളതിനെ
ഒത്തിരിയായി
പെരുപ്പിച്ചത്.
തെറിയും, തൊഴിയും, വറുതിയും സഹിച്ചത്
ഒടുക്കമെല്ലാമിങ്ങനെ തന്നെയാവാം
ഒന്നിനും കൊള്ളാതാവാനും,
മൂലയിലേക്കൊതുങ്ങുവാനും
തീരെ ചെറിയൊരു സുഷിരം മതിയാവാം.....!

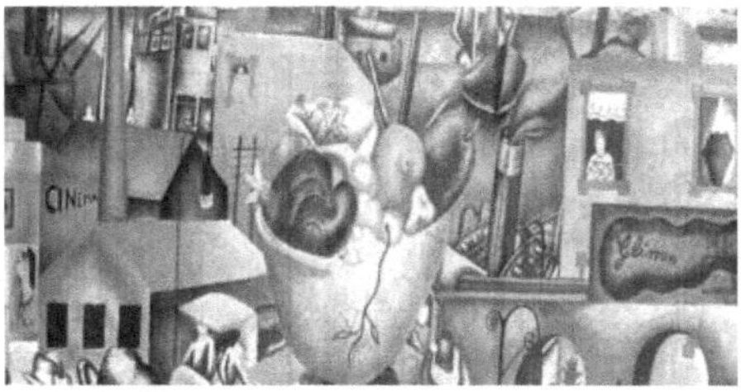

ലേലം

സ്വർഗത്തിനും
നരകത്തിനും,
ഇടയിലുള്ള വഴിയോരചന്ത.
ബലൂണുകൾ, മുഖംമൂടികൾ,
പലതരം കളിപ്പാട്ടങ്ങൾ,
നിരത്തിവച്ചിരിക്കുന്നു
വഴിവാണിഭക്കാർ.
ഒരു യുദ്ധഭൂമിയിൽ
അവശേഷിച്ചവരെപ്പോലെ
പുതിയ ഉടമകളെ
കാത്തിരിക്കുന്ന, വരണ്ട
കാലികൾ.
മുച്ചീട്ടുകളിക്കാർക്കും
കുലുക്കി കുത്തുകാർക്കും
ഇടയിൽ
എല്ലാം തികഞ്ഞ, കളിക്കാരെ
പ്പോലെ.
കുറച്ചു പൊലീസുകാർ
എവിടേക്ക്
എത്തിപ്പെടുമെന്നറിയാതെ
മൺകലങ്ങൾ,

പായകൾ,
കൊട്ടകൾ, വിരികൾ,
വർണ്ണച്ചൂലുകൾ.
ചന്തയുടെ കിഴക്കുഭാഗത്ത്
വെച്ചിരിക്കുന്നു ചില വസ്തുക്കൾ.
ഗാന്ധിയുടെ വടി, കണ്ണട.
ഗോഡ്സെയുടെ തോക്ക്, ചെരുപ്പ്
രാമന്റെ വില്ല്.
യേശുവിന്റെ മേലങ്കി.
നബിയുടെ ജീവചരിത്ര സീഡി
കൃഷ്ണന്റെ ഓടക്കുഴൽ
ബുദ്ധന്റെ യാത്രാവിവരണം
വിവേകാനന്ദൻ തന്നെ എഡിറ്റു ചെയ്ത,
അദ്ദേഹത്തിന്റെ പ്രസംഗങ്ങൾ.
ഇ എം എസ്സിന്റെ പേന.
തിരക്കു കുറവായിരുന്നെങ്കിലും,
ലേലവസ്തുക്കളുടെ സവിശേഷതകൾ
കമ്പ്യൂട്ടർ ഉച്ചത്തിൽ വിളിച്ചു
പറഞ്ഞു കൊണ്ടിരുന്നു.
ലേലം കഴിഞ്ഞപ്പോൾ
ഞാനാചെറുപ്പക്കാരനെ
ത്തന്നെനോക്കിനിന്നു.
മറ്റെല്ലാമുറപ്പിക്കാൻ കഴിയാതെവന്നപ്പോൾ
പ്രതീക്ഷിക്കാത്തയത്രയും തുകയ്ക്കാണ്
അയാളത് സ്വന്തമാക്കിയിരിക്കുന്നത്!
അതിനു പുറത്ത്,
ഇങ്ങനെയെഴുതിവച്ചിരുന്നു:
അഹിംസയുടെ നെഞ്ചിലേക്ക്
തുളഞ്ഞുകയറിയത്!
ഇന്നും തുരുമ്പിക്കാത്തത്!!

ഞാൻ

ഇരുന്ന കൊമ്പു-
മുറിച്ചൊരു വംശത്തിൻ
ഇളമുറയാണെ.

അരുതു കാട്ടാള, യരുതെന്നോതിയ
മഹാകാരുണ്യത്തിൻ
ചെറുതരിയാണെ.

ജീവിതമങ്ങനെ
തട്ടിയുരുട്ടിക്കേറ്റി,
താഴെക്കിട്ടു ചിരിച്ചൊരു നേരിൻ
പുതുവഴിയാണെ.

പെരുവിരലിന്നാൾ,
ദക്ഷിണ വെച്ചൊരു, സഹനത്തിൽ
നിഷ്കാസിതമാം,
കരിമൊഴിയാണെ.

പൊന്നാതിരയെ, ത്തൂ-
മിന്നലിലാടിച്ച്
നടന്നിടമൊക്കെ, നാടായ്
കിടന്നിടമൊക്കെ, വീടായ്

കണ്ടൊരു മഹാപ്രണയത്തിൻ
പച്ചയെ,
നെഞ്ചേറ്റി നടക്കും,
നോവാണെ.
വെയിൽ തിന്നങ്ങനെ
മുറിവുകൾ കൊണ്ടു വസന്തമൊരുക്കി,
മാളം കാണാതലയും
ഗർവ്വിനെ
സ്വാഗത മോതും
കനലാണെ.

മയിൽപ്പീലികളുടെ ഇടവഴി

മുറ്റം നിറയെ പൂക്കളുള്ള,
കുന്നിൻ ചെരുവിലെ
ചെറിയ വീട്.
കശുമാവിൻ കൂട്ടങ്ങൾക്കിടയിലൂടെ,
ചെല്ലുമ്പോൾ,
അവൾ,
ആട്ടിൻകുട്ടിയെ പ്ലാവില
തീറ്റുകയായിരുന്നു.
പേരു പറഞ്ഞപ്പോൾ,
“അമ്മ പറയാറുണ്ടായിരുന്നു”
എന്ന് പറഞ്ഞു.
“അമ്മയെന്തേ?”
എന്നു ചോദിച്ചപ്പോൾ,
“അച്ഛനൊറ്റച്ചവിട്ടിന്.................”
ബാക്കി പറഞ്ഞില്ല.
“അച്ഛനെന്തേ?”
എന്ന് ചോദിച്ചപ്പോൾ,
“കൂട്ടുകാരനൊറ്റ വെട്ടിന്.............”
അതിന്റെ ബാക്കിയും അവൾ പറഞ്ഞില്ല.

തിരിച്ചു നടക്കുമ്പോൾ,
ഇടവഴിയോളം കൂടെ വന്നു,
അവളും ആട്ടിൻകുട്ടിയും.
"ഇനിയെപ്പൊഴെങ്കിലും വരുമോ"
എന്നവൾ ചോദിച്ചേക്കുമെന്ന്
ഭയന്നു.
തിരിഞ്ഞു നോക്കിയപ്പോൾ
അവളില്ല ആട്ടിൻകുട്ടിയും.
ഇടവഴി നിറയെ
മയിൽപ്പീലികളായിരുന്നു.

മതിൽ

നിന്റെ വീടിന്
ഞാൻ കല്ലെറിഞ്ഞിട്ടില്ല.

ഒരിക്കൽ പോലും
അവിടുത്തേക്ക്
എത്തിനോക്കിയിട്ടില്ല.

നിന്റെ തൊടിയിലോ, മുറ്റത്തോ
വന്നെന്റെ കുട്ടികൾ ഒന്നും നശിപ്പിച്ചിട്ടില്ല.

ചൊരിഞ്ഞിട്ടില്ല,
നിന്റെമേൽ ഞാനൊരപരാധവും.

ചോദ്യം ചെയ്തിട്ടില്ല,
നിന്റെ വിശ്വാസത്തെ.

തിരക്കിയിട്ടില്ല,
നിന്റെ കൊടിയുടെ നിറം.

ഉണ്ടായിട്ടില്ല
നിനക്കസൗകര്യമാകുംവിധം
ഒരു വഴക്കു പോലും.

അടുപ്പെരിയാത്ത ദിനങ്ങളിൽ
വിശപ്പിനെത്തന്നെ വാരിതിന്നപ്പൊഴും,
ചോദിച്ചിട്ടില്ല, നിന്നോട് കടം.

നിന്റെ ഉയർച്ചയിലും പ്രശസ്തിയിലും
എന്നുമെനിക്കഭിമാനമായിരുന്നു.
എന്നിട്ടും,
എന്റെ പ്രിയപ്പെട്ട അയൽക്കാരാ-
നമ്മുടെ വീടുകൾക്കിടയിൽ

പരസ്പരം കാണാനാകാത്തവിധം
എന്തിനാണ്
ഇങ്ങനെയൊരെണ്ണം
നീ കെട്ടിയുയർത്തിയത്........?

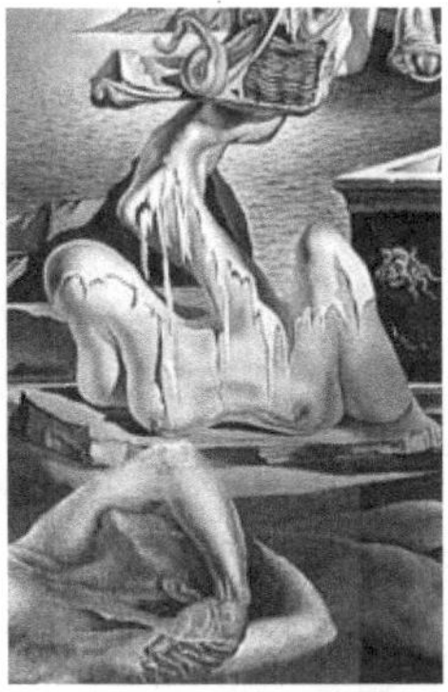

വായന

വായനയുടെ
ആഴത്തിൽ നിന്നാണ്
പാഞ്ചാലി
അകത്തേക്ക് കയറിയത്.

പിന്നീട്,
സമയ സൂചികൾ
അവളോട്
പിണക്കമായി.

പുസ്തകങ്ങളുടെ
പേരോ
പുറംചട്ടയോ
അവൾക്ക്
പ്രശ്നമേയല്ലാതായി.

ഇപ്പോഴാകട്ടെ,
ഒരൊറ്റ രാത്രികൊണ്ടുതന്നെ
ആറോ ഏഴോ പേരെ
അവൾക്ക്
ഒട്ടും മുഷിയാതെ
വായിച്ചു തീർക്കാമെന്നായി.........!

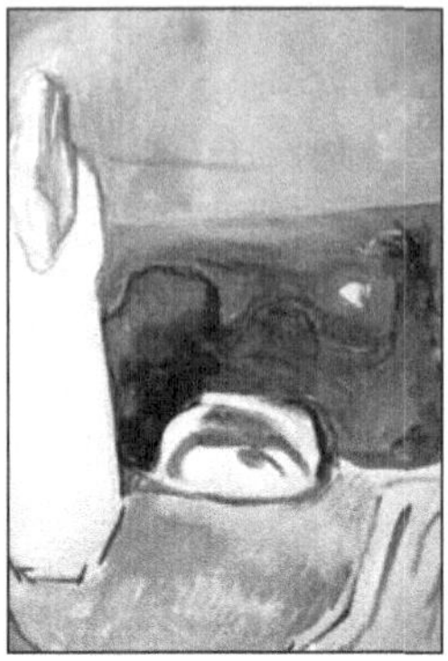

താക്കോൽ

താക്കോൽ
ഇല്ലെങ്കിലും
ചിലപ്പോൾ തുറക്കാനാവും,
ഉടമസ്ഥന്,
തന്റെ
വാതിലും
മേശയും
അലമാരയും
വാഹനവും.
എന്നാൽ,
താക്കോലുണ്ടായാലും
ചിലപ്പോൾ
തുറക്കാനാവില്ല,
അയാൾക്ക്,
കാലങ്ങളോളം
തന്നോടൊപ്പം കിടന്നുറങ്ങുകയും,
ഇണചേരുകയും,
തന്റെ കുഞ്ഞുങ്ങളെ പ്രസവിക്കുകയും,
ചെയ്ത..........

കാണാതാവുന്നത്

നേരം വെളുത്തപ്പം
കിണറും മുറ്റവും കാണാനില്ല
അടുത്തവീട്ടിലേക്ക് വിളിച്ചപ്പം
അവരിങ്ങോട്ട് ചോദിക്കുന്നു,
അവിടുത്തെ, പടിയും, വരാന്തയും
ഇവിടേക്ക് വന്നിട്ടുണ്ടോയെന്ന്,
പെട്ടെന്നാണ്,
കണാരേട്ടൻ ഓടിക്കിതച്ചെത്തിയത്.
വാതിലും കാണുന്നില്ല,
ജാനൂനേം കാണുന്നില്ല,
നാലാമത്തെ വീട്
പരമേശ്വരൻ സാറിന്റേതാണ്.
അവിടെയും എന്തെങ്കിലും.........?
ആലോചിക്കും മുമ്പേ,
വീട്ടുകാരിയും, കണാരേട്ടനും
നോക്കി, നോക്കി നിൽക്കെ
എന്നെയും കാണാതായി!

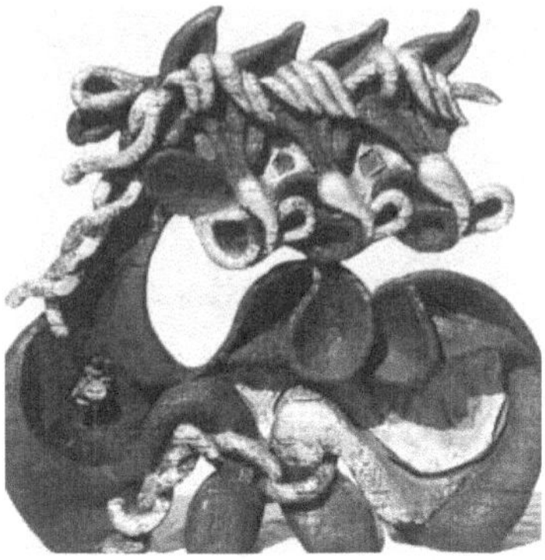

സ്വർണ്ണമരം

പകരമില്ലാത്ത,
ഔഷധ കൂട്ടു തന്നെ,
വേരും,
തോലും,
ഇലകളും.

വീഴില്ല,
കൽപ്പാന്തവോളവും
കാതലിന്
കലയും, പാടും.

ചുള്ളിക്കമ്പിലും കാമ്പാണ്.
നിറ തണലാണെപ്പൊഴും
ചിതലു തിന്നുകയേയില്ല.

പൊത്തില്ല, മുള്ളില്ല.
മാളമില്ല, ചോണനുറുമ്പില്ല.
കിളിക്കൂടില്ല, കടന്നൽത്തൂക്കില്ല,
കായ്ക്കാത്ത, പൂക്കാത്ത, കാലമില്ല.

കായ്ക്കുന്നതോ-
തനി തങ്കവും.

പക്ഷേ, എന്തു ചെയ്യും സുഹൃത്തെ?
മുറിക്കാതെ വയ്യല്ലോ......
ചാഞ്ഞിരിക്കുന്നത്
പുരപ്പുറത്തേക്കല്ലോ......!

കാവൽ

വൈകുന്നേരത്തെ മഴ
വീട്ടുകാരിയോട്
പറഞ്ഞു,

ഞാനിന്ന്
പാതിരാവോളം
പെയ്യും.

കാശും
കുടയും
ഇല്ലാതെ
പോയതല്ലെ,
ആളിന്ന് വരില്ല
ഷാപ്പടച്ചാലും.

ചെരുപ്പഴിക്കാതെ,
മഴ
അകത്തേക്ക് കയറി
വാതിലടച്ചു.

മഴ ചുവന്നു.
മഴ കറുത്തു.
മഴ കനത്തു.

അന്നുതൊട്ടാണ്
എന്റെ വീടിന്
ഇടിയും മിന്നലും
കാവൽക്കാരായത്!

തീവണ്ടിയിൽ

വടകര നിന്നും
കോഴിക്കോട് വരെ
ഗൗനിച്ചതേയില്ല.

പരപ്പനങ്ങാടി
കഴിഞ്ഞപ്പോൾ
ഒന്ന് പുഞ്ചിരിച്ചു.
ഷൊർണ്ണൂരെത്തിയപ്പോൾ
നീരസമില്ലാതെ,
അടുത്തേക്കിരുന്നു.

തൃശ്ശൂരെത്തുമ്പൊഴോ
കണ്ണിൽ പൂരമായി
ഹൃദയം തുറന്നു.

ചാലക്കുടിയെത്തേ,
ചാരിച്ചാരിയിരിപ്പായി.
കൈവെള്ളയിൽ നിന്ന്
വെയിലും മഴയും
കുളിരുമറിഞ്ഞു.

എറണാകുളത്ത് വെച്ച്
പച്ചക്കൊടികാട്ടി

ചുമലിലേക്ക് ചാഞ്ഞു
ഒരുമിക്കാനുള്ള
ഒരുക്കങ്ങളായി

കോട്ടയത്ത്
കുറച്ചുനേരം
കെട്ടിയിട്ടപ്പോൾ
മുഖം കഴുകുവാൻ
ഇവനെഴുന്നേറ്റു.

ഒട്ടുമാറിനിന്ന്
ഒരു സിഗരറ്റ് കത്തിച്ചു.
യാത്രയിലിങ്ങനെ
എപ്പൊഴുമെന്നോട്
എന്നെ മറക്കുന്ന
സങ്കടം പെരുത്തു

തിരിച്ചുചെന്നപ്പോൾ
കാണാനില്ല.

ഇരുന്നിടത്ത്
ഒരു ചുവന്ന
വളപ്പൊട്ടുമാത്രം

അപ്പോൾ
തിരുവല്ല
കഴിഞ്ഞിരുന്നു!

അടുത്തവീട്ടിലെ കവിതയോട്

മേലിലിങ്ങനെ,
ഒളികണ്ണെറിയരുത്.
ഒന്നും
ഒളിച്ചു വയ്ക്കാനറിയാത്തവനാണ് ഞാൻ.

അലക്കുമ്പോഴും,
മുറ്റമടിക്കുമ്പോഴും,
ഉടുവസ്ത്രം
ഇത്രയും മേലേക്ക് കയറ്റിക്കുത്തരുത്.

'വാരിക'കൾ ചോദിച്ചോ,
മീൻ വാങ്ങിയ കാശ് തരാനോ,
വീട്ടിലേക്ക് വരുമ്പോൾ
നൈറ്റിയുടെ സിപ്പ് കൃത്യമായിട്ടേക്കണം.

മകന്,
ട്യൂഷനെടുക്കാമെന്നാണ്,
ഞാനേറ്റത്.

സന്ധ്യാനേരത്തിനി,
കിണറ്റിൻ കരയിലേക്ക്,
വന്നേക്കരുത്.

കഴിയുമെങ്കിൽ,
കെട്ടിയോനോട് പറഞ്ഞ്,
നമ്മുടെ വീടുകൾക്കിടയിൽ,
എത്രയും പെട്ടെന്ന് തന്നെ,
ഒരു മതിൽ കെട്ടിച്ചേക്കണം.

മേലിൽ,
എന്റെ വീട്ടുകാരിയോട്
ചങ്ങമ്പുഴയെക്കുറിച്ചോ,
വൈലോപ്പിള്ളിയെക്കുറിച്ചോ,
പി കുഞ്ഞിരാമൻ നായരെക്കുറിച്ചോ,
ബാലചന്ദ്രൻ ചുള്ളിക്കാടിനെക്കുറിച്ചോ
ഒന്നും തന്നെ,
പറഞ്ഞേക്കരുത്................

മൂന്ന് ചോദ്യങ്ങൾ

മൂന്ന് ചോദ്യങ്ങളുണ്ട്.

ഒന്നാമത്തേതിന്
ശരിയുത്തരം പറഞ്ഞാൽ
പാതിരാജ്യം സ്വന്തമാകും.
രണ്ടാമത്തേതിന്
രാജകുമാരി.
മൂന്നാമത്തേതിന്
സിംഹാസനവും.

ഉത്തരങ്ങളില്ലാതെ,
പ്രജകൾ തിങ്ങിനിൽക്കെ,
ഉടുതുണിയില്ലാതെ
രാജാവ്,
തെരുവിനെ വിറപ്പിച്ചുകൊണ്ട്,
ആർത്ത്, ആർത്ത്
ചിരിക്കാൻ തുടങ്ങി.

നല്ലവൾ

അവൾ,
നല്ലവളായിരുന്നു.
നല്ലപോലെ സംസാരിക്കും
നല്ലപോലെ പഠിക്കും, വരയ്ക്കും,
നല്ലപോലെ, കവിതയെഴുതും ചൊല്ലും
അവൾ നല്ലവളായിരുന്നു.

പ്രണയിക്കേണ്ട സമയമായപ്പോൾ
നല്ലപോലൊരാളെ പ്രണയിച്ചു.
വിവാഹം കഴിക്കേണ്ടിവന്നപ്പോൾ
നല്ലപോലൊരാളെ വിവാഹം കഴിച്ചു.

പിന്നീടൊരു സന്ധ്യക്ക്
കുട്ടിക്കാലത്ത്,
അവൾക്കുവേണ്ടി, ഊഞ്ഞാലുകെട്ടിയ
അതേ ചക്കരമാവിന്റെ കൊമ്പിൽ
നല്ല പോലൊരു കുരുക്കിട്ട്
അവൾ എന്നത്തേക്കാളും നല്ലവളായി.

നുണ

നിന്റെ കണ്ണുകളാണ്
എന്നോടാദ്യം
നുണ പറഞ്ഞത്.
പിന്നെ മുലകൾ,
പിന്നെ, പിന്നെ
നിന്റെ ഹൃദയം.
അവസാനമായി
അവസാനിക്കാത്ത
നുണ പറഞ്ഞത്
നിന്റെ ഉടൽ.

ഒരു പക്ഷേ......
തിരിച്ച് നിന്നോട്
ഒരു നുണപോലും
പറയാനറിയാതെ
പോയതുകൊണ്ടാവാം
നേരിന്റെ കുരിശിൽ
എന്റെ ജീവിതം തറഞ്ഞുപോയത്!

തെങ്ങിന്
കമ്പി കെട്ടുന്നവനോട്

ചരിഞ്ഞ്
വേരറ്റു തുടങ്ങിയ
ഭീഷണിയേയും
ഭയത്തെയും
എത്രകാലം നിനക്ക്
നിവർത്തി കെട്ടിനിറുത്താനാവും?

എല്ലാം തകർക്കുന്ന
തരത്തിൽ
ഒന്നെങ്കിലും
ചരിഞ്ഞിരിക്കണേയെന്ന്
എത്രകാലം നിനക്ക്
പ്രാർത്ഥിക്കാനാവും?

കൂട്ടുകാർ കനിഞ്ഞ
മൂന്ന് സെന്റിലെനിക്ക്,
ഒരെണ്ണമേയുള്ളൂ.

മീനവെയിൽ വകവയ്ക്കാതെ
നീയതിനെ നിവർത്തി കെട്ടി
പോകാനൊരുങ്ങി

മുറ്റത്ത് നിൽക്കുന്നു

ഒരു കണക്കിന്
നീ തന്നെയല്ലേ ഞാനും?
ജീവിതത്തിലേക്ക്
ചരിഞ്ഞതിനെ,
വാക്കു കൊണ്ടെത്രകാലം
എനിക്ക്
നിവർത്തിക്കെട്ടാനാവും?

ചെരുപ്പിനെക്കുറിച്ച്

കവികളോടൊപ്പം
കള്ളുകുടിച്ച രാത്രി
മാറിപ്പോയെന്റെ
ഇടത് ചെരിപ്പ്
കണ്ണൂരിലേക്കും
കോട്ടയത്തേക്കും
തിരുവനന്തപുരത്തേക്കും
പുലർച്ചയ്ക്കുതന്നെ
ഞാൻ വിളിച്ചു.
മൂന്നുപേർക്കും
ഒറ്റ സ്വരം
എനിക്കത്ഭുതം തോന്നി
വേറൊരിടത്തുവെച്ചും മാറിയിട്ടില്ല
വേറൊരാളോടൊപ്പവും
കൂട്ടുകൂടിയിട്ടില്ല.
എന്റേത് പോയതല്ല പ്രശ്നം
മാറിവന്നതിനെക്കുറിച്ചാണ്.
എലിയറ്റിനെയും ഷെല്ലിയെയും റിൽക്കെയെയും
കുറിച്ചേ
അത് സംസാരിക്കുന്നുള്ളൂ.
ഒത്തിരിക്കാലം കോളേജിൽ കവിത പഠിപ്പിച്ച
അഹങ്കാരത്താലേ പെരുമാറുന്നുള്ളൂ.

പടിക്കു പുറത്തോ വരാന്തയിലോയിരിക്കില്ല
കിടപ്പുമുറിയോളം കയറിപ്പോരണം
കാറ്റു വേണം, പാട്ടു വേണം.
പാവം
എന്റെ വലത് ചെരിപ്പും
ഞാനും
ഇപ്പോൾ............

വേട്ട

മറുപടി
അയക്കുന്നില്ല.
അയക്കാത്ത,
മറുപടി
ഇന്ന് രാത്രി
നിന്റെ ശരീരത്തിൽ
മീൻ വേട്ടയ്ക്കിറങ്ങും
പുലരുന്നതിന്
മുൻപേ,
നിന്റെ നീലക്കയങ്ങളിൽ നിന്നും
എന്നെ,
എന്നെ മാത്രം.
കരയിലേക്കെറിഞ്ഞേക്കണേ.....

ചരിത്രം

1

കരിയോല
കർക്കിടകം
കടലടുപ്പ്.

2

മുറ്റത്തടാകം
സുഷിര ഹൃദയം
പനിച്ചില്ല.

3

ഇടവഴി
മുറിച്ചിട്ട്,
കാലുറയ്ക്കാ നിഴൽ.

4

കൈതോല മറ,
ചോരപുരണ്ട കുപ്പി വള,
ഊർന്നു വീണ രണ്ടാം മുണ്ട്.

5

പന്തം,
രക്ത പതാക
ചക്രവാളം.

ചോദ്യം

പത്രവാർത്ത കണ്ടിട്ടാവണം നാലാം ക്ലാസുകാരി എന്നോടു ചോദിച്ചു. "പ്രേമിക്കുന്നോരെന്തിനാണച്ഛാ തൂങ്ങി മരിക്കുന്നതെപ്പോഴും?" എന്തു പറയും? എന്തു പറയണം? കുന്തം പോലെ നിൽക്കേ രാത്രി. മഴ നനച്ച അടുപ്പിൽ തീയെരിയാത്ത വെറുപ്പുമായ്, തുറിച്ചു നോക്കിക്കൊണ്ട് നീണ്ട കമ്പുമായ് വീട്ടുകാരി പാഞ്ഞടുക്കുന്നു. പേടിച്ച മകൾ രണ്ടു മൂന്നു വട്ടം വീടുചുറ്റി ക്ഷീണിച്ച് തിരിച്ചെത്തുമ്പോഴേക്കും മേശപ്പുറത്ത്, പൊടിതട്ടി

ഞാൻ
രമണന്റെ പഴയ കോപ്പി എടുത്തു
വെച്ചിരുന്നു.
ഇപ്പോൾ
അവളുടെ ചെറിയ കണ്ണുകളിൽ
കുന്നിൻ ചരിവുകളും, ചോലകളും, വരിവരിയായി
നീങ്ങുന്ന ആട്ടിൻ പറ്റങ്ങളേയും കാണാം.
അതിനുശേഷം
സംശയം തീർക്കാൻ അവൾ വന്നിട്ടില്ല,
എങ്കിലും ഭയമുണ്ടെനിക്ക്
മുമ്പത്തെക്കാളും വലിയൊരു ചോദ്യം
ഞാനവളിൽനിന്ന് പ്രതീക്ഷിക്കുന്നുണ്ട്.
അപ്പോൾ
പൊടിതട്ടിയെടുത്ത് മേശപ്പുറത്ത് വയ്ക്കാൻ
എന്റെ ശേഖരങ്ങൾക്കിടയിൽ
എന്താണുണ്ടാവുക.....?

എന്നും

എന്നും,
അതേ മരം
അതേ,
ആണി
അതേ
ചോര
പക്ഷേ,
എന്നും
അതേ
ഞാൻ മാത്രമില്ലതിൽ.....

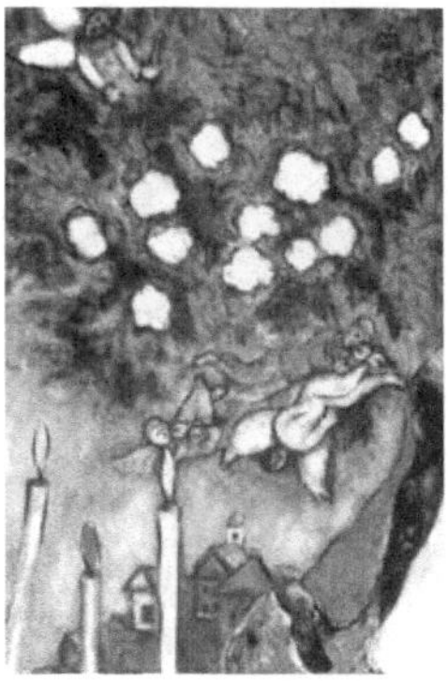

എന്തോ

എന്റെ കാന്താരീ.....
എന്നു വിളിച്ചതിനെ,
എന്റെ ഐസ്ക്രീമേ,......
എന്ന് വിളിക്കുമ്പോൾ
എന്തോ,
നീറ്റും പോലെ
എന്തോ, എന്തോ,
മധുരിക്കും പോലെ.....

കിണർ

കുഴിച്ച് കുഴിച്ച-
വളിലേക്കു
പടവുകളിട്ടാ-
ഴ്ന്നിറങ്ങവെ,
കണ്ടൂ കരിമ്പാറ......!

പ്രണയകാണ്ഡം

മഞ്ഞായിരുന്നപ്പോഴാണ്
മനസ്സിലേക്ക്
കോരിയിട്ടത്
മഴയായിരുന്നപ്പോഴാണ്
ജീവിതത്തിലേക്ക്
വാരിയിട്ടത്
ഇപ്പോഴറിയുന്നു
ഇത് രണ്ടുമായിരുന്നില്ല
നീ.
അടുത്ത ജന്മത്തിലും
അസ്തമിക്കാത്ത
വേനൽ
മാത്രമാണെന്ന്.

വോട്ട്

മൂർഖനുവേണ്ടി
രഹസ്യമായി
വോട്ടു ചോദിച്ച
തവളയ്ക്ക്
നിരാശപ്പെടേണ്ടി
വന്നില്ല.
വൻഭൂരിപക്ഷത്തോടെ
മൂർഖൻ
തെരഞ്ഞെടുക്കപ്പെട്ട വാർത്ത
മൂർഖന്റെ
വയറ്റിനകത്തിരുന്ന്
തവള
പരസ്യമായി കേട്ടു.

പിൻമൊഴി

വീടും വഴിയും തടസങ്ങളും

അയ്യപ്പപണിക്കർ

ഇരുപത്തിയൊന്നാം നൂറ്റാണ്ടിന്റെ ആരംഭം... അനേകം പുതിയ സ്വരങ്ങൾ മലയാളകവിതയിൽ കേൾക്കുന്ന സന്ദർഭം. പുതിയ ഒരു ജീവിതാവബോധവും പുതിയ കാവ്യസംസ്കാരവും ശക്തിയും സൗന്ദര്യവും നേടി മുമ്പോട്ടു വന്നുകൊണ്ടിരിക്കുന്നു. പത്തുപതിനഞ്ചു കൊല്ലം മുമ്പേ തുടങ്ങിയ ഒഴുക്ക് ഇപ്പോൾ വ്യക്തവും ശക്തിയുമാർജിച്ചു കഴിഞ്ഞു. ആ യുവകവികളുടെ കൂട്ടത്തിൽ ഏറെ ശ്രദ്ധേയനാണ് പവിത്രൻ തീക്കുനി. മറ്റു കവികളും വായനക്കാരും നിരൂപകരും ഇത് പരക്കെ സമ്മതിച്ചുകഴിഞ്ഞു എന്നുപറയാം.

കവി ആരാണെന്ന്, താൻ എങ്ങനെയുള്ളയാളാണെന്ന്, സൂചിപ്പിക്കുന്ന ഒരു കൃതിയാണ് *കവി*. കഴിഞ്ഞ തലമുറയിലെ കവി ഉച്ചത്തിൽ വിളിച്ചു പറഞ്ഞരീതിയിൽനിന്നു വ്യത്യസ്തമായി ലളിതവും സാധാരണവുമായ ഭാഷയിലാണ് പവിത്രൻ ഈ ആത്മാവിഷ്കാരം സാധിക്കുന്നത്. കവി സാധാരണക്കാരിൽനിന്ന് ഉയരത്തിലാണെന്ന നാട്യം ഇവിടെയില്ല. സാധാരണ മനുഷ്യരുടെ കൂടെയാണ് തന്റെ നില എന്നറിയാവുന്ന ഒരു കവിയെ ഇവിടെ നാം കാണുന്നു.

നിങ്ങളുറങ്ങുമ്പോൾ
അവൻ ഉണർന്നിരിക്കും
നിസ്സഹായരാകുമ്പോൾ
അവനത്താണിയാകും
നിങ്ങൾക്കുനേരെ ചീറിവരുമ്പോൾ
വിരിമാറുകാണിക്കും

ഓരോവാക്കിലും
ആകാശവും ഭൂമിയും അളന്നെടുക്കും
ഓരോ വരിയിലും ജീവിതമുറക്കിക്കിടത്തും
നിർണ്ണായകങ്ങളിൽ നിങ്ങളുടെ
തേരാണി ഊരിത്തെറിക്കുമ്പോൾ
ഹൃദയത്തിൽ വിരൽ ചേർത്തുവെച്ച്
രക്ഷയാകുന്നതും അവൻ തന്നെ
പക്ഷേ,
നിങ്ങളോട് ഒരു വരവും ചോദിക്കില്ല
എന്നും പൂക്കൾമാത്രം നിങ്ങളറുത്തെടുക്കുമ്പോൾ
മുള്ളിന്റെ നോവും കണ്ണീരും
ഒപ്പിയെടുക്കുന്നതും അവൻ തന്നെ

പ്രഭാഷണത്തിന്റെ കൃത്രിമത്വമില്ലാതെ സ്വന്തം സ്വത്വബോധം വിവരിക്കാൻ കഴിയുന്നത് ശ്രദ്ധിക്കേണ്ടതാണ്. പവിത്രന്റെ സമൂഹത്തോടുള്ള കടപ്പാടും സ്വന്തം പ്രത്യയനിഷ്ഠയും വെളിവാക്കുന്നതോടൊപ്പം കൈകേയീ ശൈലിയിൽ വരംവാങ്ങിക്കുകയില്ല എന്നുള്ള ഏറ്റുപറച്ചിലും ഈ കവിതയെ വ്യത്യസ്തനാക്കുന്നു. ഒടുവിൽ

പെട്ടെന്നൊരു ദിനം
നിങ്ങൾക്കു മുന്നിൽ നിന്നുതന്നെ
ചങ്കിലെ തീയും
നെഞ്ചിലെ ചിറകൊടിഞ്ഞ
സ്വപ്നവുമായി
അവൻ നടന്നുനടന്നു മറയും
അവന്റെ സ്വന്തം ഏകാന്തതയിലേക്ക്...
കാണാച്ചെരുവിലെ സ്വന്തം വീട്ടിലേക്ക്

സമൂഹജീവിതവും ഏകാന്തതയും കവിക്കു പ്രിയപ്പെട്ട കാര്യം. സ്വന്തം വീട്ടിലേക്കുപോകാൻ സമയം വരുമ്പോൾ *വീട്ടിലേക്കുള്ള വഴികൾ*ക്കു പ്രസക്തി കൂടുന്നു. ഈ രണ്ടു ഭാവങ്ങളും പവിത്രന്റെ കവിതയ്ക്കു ദാർഢ്യവും ഓജസും നൽകുന്നു.

വീട്ടിലേക്ക്
ഏറെയുണ്ട് വഴികൾ

ആദ്യത്തെ കവിതയിൽതന്നെ ആ വഴികളെല്ലാം ചൂണ്ടിക്കാണിക്കപ്പെടുന്നു. ജീവിതത്തിന്റെ വൈവിധ്യം വ്യക്തമാക്കാൻ ഈ വഴികളുടെ വ്യത്യാസങ്ങൾ സഹായിക്കുന്നു. ഒറ്റവഴിക്കാരനല്ല കവി. എല്ലാം കാണുന്ന ഒരു മനസാണ് അയാൾക്കുള്ളത്. വഴികളുടെ എണ്ണിപ്പറയൽ പതുക്കെപ്പതുക്കെ രൂക്ഷമായ ഭാഷയിലേക്കു തിരിയുന്നു. ജീവിതത്തിന്റെ ദുരന്തചിത്രണം വഴിവർണ്ണനയിൽ നിറയുന്നു.

വരിക വീട്ടിലേക്ക്
ഇനിയുമുണ്ട് ഏറെവഴികൾ
വിചാരിക്കാതെയെത്തുന്ന
വിരുന്നുകാരന്റെ
ജപ്തിചെയ്യാനെത്തുന്ന
അധികാരിയുടെ
കണ്ണിൽ ചോരയില്ലാത്ത
ബ്ലേഡുകാരന്റെ
കൈക്കുഞ്ഞുമായി
പെരുമഴപോലെയെത്തുന്ന
കുഞ്ഞനിയത്തിയുടെ
വീട്ടുകാരിയുടെ മാറിലേക്ക്
കഴുകന്റെ കണ്ണുമായി
വാടകചോദിച്ചെത്തുന്ന
വീട്ടുടമസ്ഥന്റെ
സങ്കടവും സന്തോഷവും ഉൽക്കണ്ഠയും
ഒരേ സഞ്ചിയിലിട്ട്
ഉച്ചനേരത്തെത്തുന്ന
തപാൽക്കാരന്റെ

മനുഷ്യ ജീവിതത്തെ പൊതിഞ്ഞുനിൽക്കുന്ന ക്രൂരതകളെ നല്ല വണ്ണം അറിയുന്ന കവിയാണ് പവിത്രൻ. ഈ കവിതകളിൽ 'ജീവിതം തന്നെ കല' എന്നേ പറയാനാവൂ - കല ജീവിതം തന്നെ എന്നല്ല. ആരംഭം ജീവിതത്തിൽ, അതിൽനിന്നും ഭിന്നമായി കലയില്ല. പവിത്രന്റെ ഓരോ കവിതയും ജീവിതാനുഭവം തന്നെയാണ് എന്ന് അദ്ദേഹത്തിന്റെ പദപ്രയോഗം തന്നെ സ്ഥിരീകരിക്കുന്നു. യാതൊന്നും ജീവിതത്തിൽനിന്ന് അന്യമായി കലയിൽ, കവിതയിൽ ഇല്ല എന്നാണ് അദ്ദേഹം നമ്മെ ബോധ്യപ്പെടുത്തുന്നത്. ചെറിയ വാക്കുകളിൽ, ചെറിയ വരികളിൽ അനാവശ്യമായ ബിംബച്ചാർത്തുകൂടാതെ, സംഘകാല കുറുംകവിതകളുടെ സ്വച്ഛതയോടെ, ശുഭ്രതയോടെ, മെയ്യൊതുക്കത്തോടെ, യാതൊരു വികാരചാപല്യവും അതിഭാവുകത്വവും കൂടാതെ, എത്ര ഒതുക്കിപ്പറയാമോ, അത്രയും ഒതുക്കി എഴുതിയിട്ടുള്ള കവിതകൾ ഈ സമാഹാരത്തിൽ നമുക്കുകാണാം. പറയുന്നതിലധികം കാര്യങ്ങൾ ഉള്ളിൽ സന്നിവേശം ചെയ്യുന്ന രചനാദാർഢ്യം പവിത്രൻ കവിതകൾക്കുള്ള ഒരു സിദ്ധിവിശേഷമാണെന്നുപറയാം. രാഷ്ട്രീയ നേതാക്കളെല്ലാം മത്സരബുദ്ധിയോടെ 'വികസനം, വികസനം' എന്നു തൊള്ളയിൽ മൈക്കുപിടിച്ചലറി തെക്കുവടക്കു നടക്കുമ്പോൾ നമ്മുടെ കവി, ഒരു കവിതയിൽ തന്റെ നിലപാടു സൂചിപ്പിക്കുന്നു:

വീടുയരും
മുമ്പേ
മതിലുയരുന്നു
വീട്ടുകാരനെ
കാണുംമുമ്പേ
കാവൽപ്പട്ടി
കുരച്ചുചാടുന്നു
പെണ്ണുചോദിക്കും
മുമ്പേ
ഭൂമിയുടെ വിസ്തീർണ്ണം തിരക്കുന്നു
മാസശമ്പളത്തിൽ
അക്കങ്ങളെത്രയെന്നു തിരക്കുന്നു
നാമിങ്ങനെ വികസിച്ചാൽ
നാളെ നാടെന്താവും?

ജീവിതത്തിലെ വൈരുധ്യങ്ങളെ അതിസൂക്ഷ്മമായി ചിത്രീകരിക്കാൻ പവിത്രനു കഴിവുണ്ട്. *മതിൽ, അയൽക്കാരൻ, വഴികാട്ടി* തുടങ്ങിയ അനേകം ലഘുകൃതികളിൽ ഇതു ശക്തമായി സൂചിപ്പിക്കപ്പെടുന്നു. അനുഭവത്തിൽ ബോധ്യമാകുന്ന ഐറണിയാണിവിടെ കാണുന്നത്. അനുഭവസത്യമാണ് പവിത്രനു കാവ്യസൗന്ദര്യം. കേവലമായ ആനന്ദമോ വിനോദമോ അതിന്റെ പരിധിയിൽ വരുന്നില്ല. പൂർവകാല കവിതകളുടെ ഭാരമൊന്നും അദ്ദേഹം ഏറ്റെടുക്കുന്നില്ല. 'ചോര പൊടിയാത്തവ' എന്ന ഒരു സങ്കൽപ്പം തന്നെ അനുഭവസൂക്ഷ്മതയ്ക്ക് ഉദാഹരണമായി കാട്ടാം.

വേദനയും
നീറ്റലും
കുറവായിരിക്കും
ചോരപൊടിയുന്ന
മുറിവുകൾക്ക്.
എന്നാൽ
ഉറക്കത്തിൽപ്പോലും
സ്വൈരം തരില്ല
ചോരപൊടിയാത്തവ.

പവിത്രന്റെ മനസ്സും കവിതയും നിറയെ തീയാണ് - പക്ഷേ, അത് അലറിവിളിക്കുന്നില്ല, നീറിയെരിയുകയാണ്. "എന്റെ കവിത ലോകോത്തരമാണെ"ന്ന് അത് ഉച്ചത്തിൽ നിലവിളിക്കുന്നില്ല, ആ നിയന്ത്രണം പവിത്രന്റെ ശക്തിയാണ്; പവിത്രതയും. താൻ അനശ്വരൻ, ലോകം മുഴുവൻ തന്റെ ഗാനം ശ്രദ്ധിക്കും എന്നൊക്കെ വീമ്പിളക്കു

ന്നതിനെന്തർഥം? പവിത്രൻ ഉച്ചസ്ഥായി ഒഴിവാക്കുന്നു... "ഒറ്റ സംഖ്യ കളുടെ വീട്" എന്ന കവിതയിലെ അഞ്ചുപേരുടെ ദു:ഖഭാവം താങ്ങാനുള്ള കരുത്ത് മന്ദസ്ഥായിയിലേ നിലനിൽക്കൂ. ഏറ്റവും ചെറിയ ഒരു കവിതയാണ് 'കിണർ' - പക്ഷേ, ആഴം ഏറെ.

കുഴിച്ചു കുഴിച്ച-
വളിലേക്കു
പടവുകളിട്ടാ-
ഴ്ന്നിറങ്ങവേ
കണ്ടൂകരിമ്പാറ...!

കവിതകളുടെ തീക്ഷ്ണത വരുന്നത് ഭാഷയുടെ ബഹളം കൊണ്ടല്ല, ഒതുക്കം കൊണ്ടാണ് "എന്നും", "എന്തോ" മുതലായ കുറുംകവിതകളിൽ ശക്തിസ്രോതസായി നിൽക്കുന്നത് അനുഭവത്തിന്റെ സൂക്ഷ്മതയും സാന്ദ്രതയുമാണ്.

ഭാവന അഴകുകൊരുക്കുന്ന ശീലുകൾ പവിത്രന്റെ കൃതികളിൽ ഇല്ലെന്നില്ല. എങ്കിലും അതിനിടയിലും ജീവിതത്തിന്റെ അനിവാര്യ ശോകഭാവം നിഴലിട്ടു കനക്കുന്നതു കാണാം. ഒരുതരം ശൂന്യതയിൽ ചെന്നവസാനിക്കുന്ന അന്വേഷണം. "മയിൽപ്പീലികളുടെ ഇടവഴി" മനോഹരമായ ഒരു കൃതിയാണ്, ദു:ഖപൂർണവും.

മുറ്റം നിറയെ പൂക്കളുള്ള
കുന്നിൻചെരിവിലെ
ചെറിയവീട്
കശുമാവിൻ കൂട്ടങ്ങൾക്കിടയിലൂടെ
ചെല്ലുമ്പോൾ
അവൾ
ആട്ടിൻകുട്ടിയെ പ്ലാവില തീറ്റുകയായിരുന്നു.
പേരുപറഞ്ഞപ്പോൾ
"അമ്മപറയാറുണ്ടായിരുന്നു"
എന്നു പറഞ്ഞു.
"അമ്മയെന്തേ?"
എന്നു ചോദിച്ചപ്പോൾ
"അച്ഛനൊറ്റച്ചവിട്ടിന്...."
ബാക്കിപറഞ്ഞില്ല
"അച്ഛനെന്തേ?"
എന്നു ചോദിച്ചപ്പോൾ
"കൂട്ടുകാരനൊറ്റവെട്ടിന്..."
അതിന്റെ ബാക്കിയും അവൾ പറഞ്ഞില്ല
തിരിച്ചു നടക്കുമ്പോൾ

ഇടവഴിയോളം കൂടെവന്നു
അവളും ആട്ടിൻകുട്ടിയും
"ഇനിയെപ്പോഴെങ്കിലും വരുമോ"
എന്നവൾ ചോദിച്ചേക്കാമെന്ന്
ഭയന്നു.
തിരിഞ്ഞുനോക്കിയപ്പോൾ
അവളില്ല, ആട്ടിൻകുട്ടിയും....
ഇടവഴിനിറയെ
മയിൽപ്പീലികളായിരുന്നു.

കവിത സംഭാഷണം തന്നെ. പലപ്പോഴും മുറിഞ്ഞുപോകുന്ന സംഭാഷണം. അവസാനത്തെ രണ്ടുവരികൾ തികച്ചും പവിത്രസ്പർശം ഉള്ളവതന്നെ. ആ മയിൽപ്പീലികൾ മധ്യവർഗ കവിയുടെ സിനിമാസ്മൃതിയല്ല. ജീവിതത്തിൽ നഷ്ടപ്പെട്ടതും നഷ്ടപ്പെടുന്നതുമായ സൗന്ദര്യത്തിന്റെയും സ്നേഹത്തിന്റെയും ഇമേജാണ്. ശൂന്യമായ ഇമേജല്ല.

കവിതകൊണ്ട് ആ ശൂന്യത നികത്താനാവുമോ? പവിത്രന്റെ വായനക്കാരെ നേരിടുന്ന ഒരു ചോദ്യമാണത്. ഉത്തരം പവിത്രന്റെ വായനക്കാർ കണ്ടുപിടിക്കട്ടെ. അപ്പോൾ മനസിലായേക്കും "വിശപ്പിനേക്കാൾ അസഹ്യമല്ല മരണം" എന്ന് ഉപയോഗിച്ചു പഴകാത്ത വാക്കുകളുടെ ശക്തി എന്തെന്നും.